அத்தியாவசிய மதிப்பீடுகளை வளப்படுத்துவதற்கான கையேடு

(கற்பவர்கள் தங்கள் மதிப்பை அறியவும், பிறருக்கு ஆதரவளிக்கவும், முழுமையான வாழ்க்கையை வாழவும் கற்றுக்கொடுப்பதற்கான கையேடு)

கற்பிக்கும் அல்லது பயிற்றுவிக்கும் அனைவருக்கும்

₹. 70

முன்னுரை

வேகமாக நகரும் மற்றும் மாறிவரும் உலகில், மக்களை மகிழ்விப்பதற்காகச் சட்டங்கள் மற்றும் விதிகள் கூட மாறுகின்றன, மேலும் நல்ல நடைமுறைகள் மற்றும் எண்ணங்களில் மறைந்திருக்கும் பெரும்பாலான மதிப்பீடுகளை நாம் மறந்துவிட்டோம், அதில் வாழ்க்கையின் அத்தியாவசிய அம்சங்கள் நிறைய உள்ளன. காரியங்களுக்குப் பின்னால் மறைந்திருக்கும் பல விஷயங்களைப் பற்றி அறிய முயற்சிக்காமல் நமது பின்னணி மற்றும் தரங்களின் அடிப்படையில் சில விஷயங்களைப் பகுத்தறிவு செய்யத் தொடங்கிவிட்டோம். ஒவ்வொரு தனிமனிதனும் தன்னைச் சுற்றியுள்ள மக்களுக்குப் பயனளிப்பதன் மூலம் சமநிலையுடனும் முழுமையாகவும் செயல்படுவதற்குத் தேவையான அத்தியாவசிய மதிப்பீடுகளை அடுத்த தலைமுறையினருக்குக் கற்பிக்க வேண்டிய ஒரு கட்டத்தில் நாம் வந்திருப்பதற்கு இதுவே சாத்தியமான காரணம்.

முக்கிய மதிப்பீடுகள் என்பது மக்கள் ஒன்று கூடும் மையங்கள் மற்றும் நிறுவனங்களில் அதன் நோக்கத்திற்கான ஒரு பகுதியாகும். நம்பகத்தன்மை, நேர்மை, சகிப்புத்தன்மை, சமத்துவம், பொறுப்பு போன்ற பல முக்கியமான அடிப்படை மதிப்பீடுகள் மிகவும் சிந்திக்கப்பட்டு வடிவமைக்கப்படுகின்றன. திறன்கள், கல்வித் தகுதிகள் மற்றும் சான்றிதழ்கள் ஒரு பக்கம் இருப்பினும், சில நேரங்களில் சிறந்த கற்றல் மற்றும் பணிச்சூழலுக்கு இந்த மதிப்பீடுகள் மிகவும் முக்கியமானதாகக் கருதப்படுகிறது.

தனிநபருக்கு ஏற்றக் கற்றல் அல்லது பணிச்சூழலுக்குத் தேவையானது திறன்கள் மட்டுமல்ல, ஒருவரையும் எதையும் எதிர்மறையாகப் பாதிக்காமல் உண்மையிலேயே பயனளிக்கும் விதத்தில் மதிப்பீடுகளோடு திறன்களைப் பயன்படுத்துவதும் கடைப்பிடிப்பதுமாகும்.

'அத்தியாவசிய மதிப்பீடுகளை வளப்படுத்துவதற்கான கையேடு' என்பது ஒரு தனிநபர் மிக முக்கியமான அம்சங்களைப் கடைப்பிடிப்பதற்கும்,

ஒவ்வொருவரும் தாங்கள் ஈடுபடும் அனைத்திலும் சிறந்த முயற்சிகளை எடுப்பதற்கும் கற்பிக்க அல்லது பயிற்றுவிக்க இது உதவியாக இருக்கும். யார் பார்த்தாலும் பார்க்காவிட்டாலும் உண்மையுள்ளவர்களாகச் சரியானதைச் செய்ய இது ஒருவரைத் தூண்டுகிறது. இது ஒருவர் சிறந்த முறையில் ஆட்களுக்கிடையிலான உறவுகளைக் கொண்டிருக்கவும் சுய-நிறைவாகுதலை அடையவும் செய்கிறது.

அறிமுகம் மற்றும் பயன்படுத்தும் விதம்

இந்தக் கையேடு 13 அத்தியாவசிய மதிப்பீடுகளைக் கொண்டுள்ளது, இவை மிகவும் அடிப்படையானவை மற்றும் மற்ற எல்லா மதிப்பீடுகளையும் ஏதோ ஒரு விதத்தில் இணைக்கிறது. புரிதல் மற்றும் கற்றலின் எளிமைக்கு, இதில் உள்ள எல்லா மதிப்பீடுகளின் உள்ளடக்கமும் ஒத்த வடிவத்தைக் கொண்டுள்ளது. துணை-தலைப்புகளும், கற்றுக்கொள்ள அல்லது கற்பிப்பதற்கு அதிலிருந்து பயன்படுத்துவதற்கான வழிமுறைகள் பின்வருமாறு.

அறிமுகம்

இது மதிப்பீட்டைப் பற்றி அறிந்து மதிப்பீட்டை வரையறுக்கப் பயன்படுத்தப்படுகிறது. மற்றவர்களுக்குக் கற்பிக்கும்பொழுது, "'இந்த மதிப்பீட்டை' பற்றி நீங்கள் என்ன நினைக்கிறீர்கள்?" அல்லது "'இந்த மதிப்பீட்டிற்கு' என்ன அர்த்தம்?" போன்ற சில திறந்த கேள்விகளை அவர்களின் எண்ணங்களைப் புரிந்துக்கொள்வதற்கு பயன்படுத்தலாம், பின்னர் அந்த எண்ணங்களை 'அறிமுகம்' கீழ் உள்ள முக்கிய புள்ளிகளைப் பயன்படுத்தி ஒருங்கிணைத்துச் சொல்லலாம்.

முக்கியத்துவம்

மதிப்பீடு ஏன் முக்கியமானது என்பதை அறிய இது பயன்படுத்தப்படலாம். மற்றவர்களுக்குக் கற்பிக்கும்பொழுது, "ஏன் 'இந்த மதிப்பீடு' தேவை?" அல்லது "'இந்த மதிப்பீட்டின்' முக்கியத்துவம் என்ன?" போன்ற சில திறந்த கேள்விகளை அவர்களின் எண்ணங்களைப் புரிந்துக்கொள்வதற்கு பயன்படுத்தலாம், பின்னர் அந்த எண்ணங்களை 'முக்கியத்துவம்' கீழ் உள்ள முக்கிய புள்ளிகளைப் பயன்படுத்தி ஒருங்கிணைத்துச் சொல்லலாம்.

அது பயன்படுத்தப்படும் சூழ்நிலைகள்

மதிப்பீடு பயன்படுத்தப்படும் சூழ்நிலைகளைப் பற்றி அறிய இது உதவுகிறது. மற்றவர்களுக்குக் கற்பிக்கும்பொழுது, "எந்தச்

சூழ்நிலைகளில் 'இந்த மதிப்பீடு' பயன்படுத்தப்படுகிறது?" அல்லது "எந்தவித சூழ்நிலைகளில் 'இந்த மதிப்பீடு' பயனுள்ளது?" போன்ற சில திறந்த கேள்விகளை அவர்களின் எண்ணங்களைப் புரிந்துக்கொள்வதற்கு பயன்படுத்தலாம், பின்னர் அந்த எண்ணங்களை 'அது பயன்படுத்தப்படும் சூழ்நிலைகள்' கீழ் உள்ள முக்கிய புள்ளிகளைப் பயன்படுத்தி ஒருங்கிணைத்துக் சொல்லலாம்.

பாதிக்கும் காரணிகள்

மதிப்பீட்டைப் பாதிக்கும் வெவ்வேறு காரணிகளை அறிய இது உதவும். மற்றவர்களுக்குக் கற்பிக்கும்பொழுது, " 'இந்த மதிப்பீட்டை' பின்பற்றுவது எப்படி கடினமாக இருக்கும்" அல்லது "'இந்த மதிப்பீட்டை' கொண்டிருப்பதிலிருந்து நம்மை எது விலக்கிக் கொள்ள செய்கிறது?" போன்ற சில திறந்த கேள்விகளை அவர்களின் எண்ணங்களைப் புரிந்துக்கொள்வதற்கு பயன்படுத்தலாம், பின்னர் அந்த எண்ணங்களை 'பாதிக்கும் காரணிகள்' கீழ் உள்ள முக்கிய புள்ளிகளைப் பயன்படுத்தி ஒருங்கிணைத்துச் சொல்லலாம்.

தாக்கங்கள்

மதிப்பீட்டால் உருவாக்கப்படும் தாக்கத்தை அறிய இது உதவும். மற்றவர்களுக்குக் கற்பிக்கும்பொழுது, "சுயத்தையோ மற்றவர்களையோ 'இந்த மதிப்பீடு' எவ்வாறு பாதிக்கும்?" அல்லது "என்ன வித்தியாசத்தை 'இந்த மதிப்பீடு' ஏற்படுத்துகிறது?" போன்ற சில திறந்த கேள்விகளை அவர்களின் எண்ணங்களைப் புரிந்துக்கொள்வதற்கு பயன்படுத்தலாம், பின்னர் அந்த எண்ணங்களை 'பாதிக்கும் காரணிகள்' கீழ் உள்ள முக்கிய புள்ளிகளைப் பயன்படுத்தி ஒருங்கிணைத்துச் சொல்லலாம்.

கதை/ வழக்கு ஆய்வு

மதிப்பீட்டை நடைமுறையோடு இணைக்க இது உதவும். மற்றவர்களுக்குக் கற்பிக்கும்பொழுது, "கதை/வழக்கு ஆய்வோடு 'இந்த மதிப்பீடு' எவ்வாறு இணைக்கப்படலாம்?" அல்லது "நம் நடைமுறை

வாழ்வில் 'இந்த மதிப்பீட்டை' எவ்வாறு பயன்படுத்தலாம்?" போன்ற சில திறந்த கேள்விகளைக் கதை/வழக்கு ஆய்வைப் பிரதிபலிக்கப் பயன்படுத்தலாம், அவர்களின் எண்ணங்களைப் புரிந்துக்கொள்வதற்கு பயன்படுத்தலாம், பின்னர் அந்த எண்ணங்களை மற்ற கற்றல்களைப் பயன்படுத்தி ஒருங்கிணைத்துச் சொல்லலாம்.

செயல்பாடு

ஆர்வமுள்ள தொடர்புக்கொள்ளுதலுடனும் ஈடுபாட்டுடனும் திறம்பட ஒருவரை சிந்திக்கச் செய்யவும், கற்றல்களை அதிக காலம் நினைவில் வைக்கச் செய்யவும் இது உதவும். கற்றல்களை ஒருவரோடொருவர் பகிரலாம், பின்னர் இதைக் கொண்டு முழுவதுமாக ஒருங்கிணைத்துச் சொல்லலாம்.

1. நேர்மை

அறிமுகம்

உலகம் மிகவும் பரபரப்பாக இருக்கிறது, நாமும் சில நேரங்களில் எங்குச் செல்கிறோம், எப்படி வழிநடத்தப்படுகிறோம் என்பதைப் பற்றிச் சிந்திக்காமல் மற்றவர்களுடன் ஒரு பாதையில் ஓடுகிறோம். பெரும்பாலான நேரங்களில் நாம் செய்யும் செயல்கள் நமக்கு வெகுமதிகளையும் அங்கீகாரத்தையும் தருவதால் அவற்றின் மூலம் மற்றவர்களைப் பிரியப்படுத்த முயற்சிக்கிறோம். மிகுந்த மகிழ்ச்சியைத் தருவதான நமது உண்மையான மதிப்பையும் திருப்தியையும் கண்டுபிடிக்கத் தவறுகிறோம். நாம் எப்பொழுதும் நம்மால் முடிந்ததைச் சிறந்த விதத்தில் செய்யும்போது, மற்றவர்களை மகிழ்விப்பதற்காக மட்டும் அல்ல, ஆனால் நம்முடைய திறனைப் பயன்படுத்தவும், உண்மையான இதயத்துடன் நம்மால் முடிந்ததைச் செய்யவும் பார்ப்போம், அதுவே நேர்மை. நேர்மை என்பது நமது உணர்வுகள், எண்ணங்கள் மற்றும் செயல்களின் உண்மையான தன்மை மற்றும் நமது வாழ்க்கையின் தரங்கள் மற்றும் உயர் மதிப்புகளுடன் சேர்ந்திருப்பதாகும்.

முக்கியத்துவம்

அநியாயத்துடன் இருப்பது செழிப்பைப் பெற்று தருவதாகத் தோன்றலாம் ஆனால் அவற்றைப் பெற்றிருப்பவர்களுக்கு அவற்றால் நம்பிக்கை இல்லை , அதேசமயம் நேர்மையுடன் இருப்பது மிகப்பெரிய நம்பிக்கையைத் தருகிறது. அநியாயத்துடன் இருப்பதனால் கிடைக்கும் உடைமைகளினாலோ உரிமைகளினாலோ மாற்றம் ஏற்படுத்தாது , ஆனால் நேர்மையுடன் இருப்பது நம்மை நாமே சரியாக நியாயம் தீர்ப்பதற்கு உதவுகிறது, அது உணர்வுகளையும் சிந்தனைகளையும் அமைதிப்படுத்துகிறது. நியாயந்தீர்க்கப்படும்போது, அநீதியானவர் தண்டிக்கப்படுவார், நேர்மையுடன் இருப்பவர் பலனைப் பெறுவார். நேர்மையுடன் இருப்பவர் மற்றவர்களுக்கு நீதிபதியாக இருக்கவும் அழைக்கப்படுவார். நேர்மையுடன் இருப்பவர் மற்றவர்களுக்கு நல்ல தலைவராக மாறுவார். நேர்மையுடன் இருப்பவர் மன்னிப்பு மற்றும் நல்லிணக்கத்தைப் பெறுகிறார். நேர்மையுடன் இருப்பது மற்றவர்களைத்

துன்புறுத்தவோ அல்லது சுரண்டவோ அனுமதிக்காது, மேலும் ஒருவர் தமது அதிகாரத்தையும் பதவியையும் தவறாகப் பயன்படுத்த நேர்மை ஒருபோதும் அனுமதிக்காது.

பயன்படுத்தப்படும் சூழ்நிலைகள்

ஒருவர் இருக்கும்போதோ அல்லது யாரும் இல்லையெனினும், வெகுமதி கிடைக்கும்போதோ அல்லது துன்புறுத்தப்படும்போதோ, அமைதி இருக்கும்போதோ அல்லது வன்முறை இருக்கும் போதோ, செல்வம் இருக்கும்போதோ அல்லது வறுமை இருக்கும்போதோ, நன்மை இருக்கும் போதோ அல்லது தீமை இருக்கும்போதோ, ஒரு நபர் நேர்மையுடன் இருக்க வேண்டும். சுருக்கமாக, நேர்மை என்பது ஒரு மதிப்பீடு என்பதை தாண்டி அவசியமாக இருக்க வேண்டியது.

பாதிக்கும் காரணிகள்

நேர்மையுடன் இல்லாமல் இருப்பதற்கு இன்னல்களும் வறுமையும் ஒரு காரணியாக இருக்கலாம். நேர்மையுடன் இருப்பது கூடச் சில சமயங்களில் உபத்திரவத்தையும் வறுமையையும் ஏற்படுத்தலாம். சோம்பேறித்தனம் மற்றும் ஒழுங்கற்ற தன்மையுடன் இருப்பது நேர்மையின்மைக்கு வழிவகுக்கும்.

தாக்கங்கள்

இதயத்தில் நேர்மையுடன இருப்பது ஒரு நபர் தவறு செய்வதிலிருந்து அவரைத் தடுக்கும், அவரைச் சுற்றியுள்ள விஷயங்கள் மாற்றியமைக்கப்பட்டிருந்தாலும், ஏதாவது முயற்சி செய்ய அவருக்கு நேர்மை இடமளிக்கும். நேர்மையானது நேர்மையானவர்களை மகிழ்விக்கும். எதிர்கொள்ள வேண்டிய சவால்கள் மற்றும் சிரமங்களின் காரணமாக மற்றவர்கள் கண்டித்தாலும், விமர்சித்தாலும், ஒடுக்கினாலும், அனைவரின் முன்னிலையிலும் நமது குணாவதிசயத்தையும்

நற்குணத்தையும் பாதுகாக்க, நேர்மை நமது மரணம் வரை உறுதியாக இருக்க வேண்டும். நேர்மையானவர்களை நேர்மை வழிநடத்தும்.

கதை/ வழக்கு ஆய்வு

ஒரு ஞானி அவரது சீஷரை நோக்கி, "ஒரு காலத்தில் ஒரு செல்வந்தன் வாழ்ந்து வந்தான். வியாபாரத்தைக் கவனிக்கும்பொருட்டு அவனிடம் ஓர் அதிகாரி இருந்தான். அந்த அதிகாரி ஏமாற்றுவதாக அச்செல்வந்தனுக்குப் புகார்கள் வந்தன. எனவே அந்த அதிகாரியை அழைத்து அவனை நோக்கி, 'உன்னைக் குறித்துத் தவறான செய்திகளைக் கேள்விப்பட்டேன். எனது பணத்தை எவ்வாறு பயன்படுத்தினாய் என்பதற்கான அறிக்கையைக் கொடு. இப்போது நீ எனக்கு அதிகாரியாக இருக்க முடியாது' என்றான். "பின்னர் அந்த அதிகாரி தனக்குள்ளேயே, 'நான் என்ன செய்வேன். என் எஜமானர் என்னை வேலையில் இருந்து அகற்றிவிட்டார். குழிகளைத் தோண்டுமளவு வலிமை என்னிடம் இல்லை. பிச்சை எடுக்க வெட்கப்படுகிறேன். நான் என்ன செய்யவேண்டுமென எனக்குத் தெரியும். நான் வேலையை இழக்கும்போது பிற மக்கள் தம் வீட்டுக்குள் என்னை வரவேற்கும்படியான ஒரு செயலை நான் செய்ய வேண்டும்' என்று நினைத்தான். "எனவே, அந்த அதிகாரி எஜமானனுக்குக் கடன் தர வேண்டியவர்களை அழைத்தான். முதலாமவனை நோக்கி, 'எனது எஜமானனுக்கு நீ கொடுக்கவேண்டிய கடன் எவ்வளவு?' என்றான். அவன், 'நான் நூறு குடம் ஒலிவ எண்ணெய் கடன்பட்டிருக்கிறேன்' என்றான். அதிகாரி அவனிடம், 'இதோ உன் பற்றுச் சீட்டு. சீக்கிரம் நீ உட்கார்ந்து உன் பற்றைக் குறைத்து ஐம்பது குடம் என்று எழுது' என்றான். "பின் அதிகாரி மற்றொருவனை நோக்கி, 'எனது எஜமானனுக்கு நீ திருப்பவேண்டிய கடன் எவ்வளவு?' என்றான். அவன், 'நான் நூறு மரக்கால் கோதுமை கடன்பட்டிருக்கிறேன்' என்று பதில் சொன்னான். உடனே அதிகாரி அவனிடம், 'இதோ உனது பற்றுச் சீட்டு. இதைக் குறைத்து எண்பது மரக்கால் என்று எழுது' என்றான். "பின்னர் எஜமானன் நம்பிக்கைக்குத் தகுதியற்ற அந்த அதிகாரியை அவன் திறமையாகச் செய்ததாகப் பாராட்டினான். ஆம், உலகத்திற்குரிய மனிதர் தங்கள்

காலத்து மக்களோடு வியாபாரத்தில், பக்தியுள்ள மனிதர்களைக் காட்டிலும் திறமையானவர்களாகக் காணப்படுகிறார்கள். "நான் உங்களுக்குச் சொல்கிறேன், நட்பைக் காப்பாற்றும்பொருட்டு இந்த உலகத்தில் உனக்குரிய பொருட்களை எல்லாம் பயன்படுத்து. அந்தப் பொருட்கள் எல்லாம் அழிந்த பின்னர் என்றும் நிலைத்திருக்கிற வீட்டில் நீ வரவேற்கப்படுவாய். சிறிய காரியங்களில் நம்பிக்கைக்கு உகந்த மனிதன் பெரிய காரியங்களிலும் நம்பிக்கைக்கு ஏற்றவனாயிருப்பான். சிறிய காரியங்களில் நம்பிக்கைக்குத் தகாதவனாக இருப்பவன் பெரிய காரியங்களிலும் அவ்வாறே இருப்பான். உலகச் செல்வங்களிலும் நீங்கள் நேர்மையற்றவர்ளாக இருக்கும்போது உண்மையான செல்வத்திலும் நீங்கள் நேர்மையற்றவர்களாகவே இருப்பீர்கள். யாராவது ஒருவருக்குரிய பொருட்களில் உங்களை நம்பமுடியாவிட்டால் உங்களுக்குச் சொந்தமாக எந்தப் பொருளும் கொடுக்கப்படமாட்டாது. "ஒரே நேரத்தில் நேர்மையுடன் இரு எஜமானர்களுக்குப் பணிபுரிய எந்த வேலைக்காரனாலும் முடியாது. அந்த வேலைக்காரன் ஒரு எஜமானனை வெறுத்து, மற்ற எஜமானனை நேசிப்பான். அல்லது அவன் ஒருவனுக்கு நம்பிக்கைக்குரியவனாக நடந்துகொண்டு மற்றவனிடம் வேறு முறையில் நடந்து கொள்வான்." என்றார்.

செயல்பாடு

பங்கேற்பாளர்கள் 6-8 பேர் கொண்ட குழுக்களாகப் பிரிக்கப்படலாம். சில சோதனைக்கான காரியங்களுடன் அவர்களுக்குத் தொடர்ச்சியாக அறிவுரைகள் வழங்கப்படலாம் முடிவில் அவர்கள் சேகரிக்க வேண்டிய ஒன்றைச் சேகரிப்பதற்காக அவற்றைப் பின்பற்ற வேண்டும்.

மேலும், இலக்கை விரைவாக அடைய தூண்டும் குறுக்குவழிகள் வைக்கப்பட வேண்டும் மற்றும் பங்கேற்பாளர்களுக்குத் தெரிவிக்கப்படக் கூடாது. அறிவுறுத்தல்களை கவனமாகக் கடைப்பிடிப்பது மற்றும் சரியான வழியில் நேர்மையுடன் செயல்படுவதன் அவசியம் பற்றி விவாதிக்கப்படலாம்.

2. ஒழுக்கம்

அறிமுகம்

ஒழுக்கம் என்பது பரவலாக ஏற்றுக்கொள்ளப்பட்ட தரநிலைகள் மற்றும் மதிப்பீடுகளுக்கு நம்மை உட்படுத்தும் சுயக்கட்டுப்பாடு ஆகும், ஆக்கபூர்வமாக ஒருவரோடு ஒருவர் ஈடுபடுவதற்கும், யாரையும் எதிர்மறையாகப் பாதிக்காத வகையில் இருப்பதற்கும் இது உதவுகிறது. ஒழுக்கம் யாரோ ஒருவருவடைய ஊந்துதலால் இருப்பதாக அல்லாமல், மாறாக நம் சுய-மனசாட்சியின் அடிப்படையில் இருக்க வேண்டும். ஒவ்வொருவருக்கும் ஒழுக்கம் மற்றும் சுயக்கட்டுப்பாடு இருக்க வேண்டும், ஏனென்றால் ஒவ்வொருவரும் தங்கள் உணர்ச்சிகள் மற்றும் புத்திசாலித்தனத்தின் மீது கட்டுப்பாட்டைக் கொண்டுள்ளனர்.

முக்கியத்துவம்

சில விதிகள் மற்றும் ஒழுங்குமுறைகள் ஏன் வகுக்கப்படுகின்றன என்பது சில சமயங்களில் நமக்குத் தெரியாது, ஆனால் அதைப் பின்பற்றுவது நமக்கோ அல்லது பிறருக்கோ ஒரு பொதுவான நோக்கத்தை நிறைவேற்ற நிச்சயமாக உதவியாக இருக்கும். சில விஷயங்களை உருவாக்கியவர் கூட அவர் தீர்மானித்த ஒரு நோக்கத்திற்காகச் சில விஷயங்களுக்கு உட்பட்டிருக்க வேண்டும். சுயக்கட்டுப்பாட்டுடன் கூடிய சுய ஒழுக்கமானது அசுத்தம், கோபம், சச்சரவு, மதங்களுக்கு எதிரான கருத்துக்கள், பொறாமை, போதை, களியாட்டம் போன்றவற்றிலிருந்து விலகி இருக்க உதவும். நற்பண்புகள், சரியான நம்பிக்கைகள் மற்றும் அறிவுத்திறனுடன் கூடிய ஒழுக்கமானது பொறுமை, நன்மை, இரக்கம் மற்றும் அன்புக்கு வழிவகுக்கிறது.. திருத்தத்திற்கு உட்படுவதன் மூலம் ஞானத்தையும் புரிதலையும் கண்டறிய முடியும். திருத்தமானது ஒரு குழந்தையை முட்டாள்தனத்திலிருந்து விலக்கி, தீமையிலிருந்து விடுவிக்கும்.

பயன்படுத்தப்படும் சூழ்நிலைகள்

குழந்தைகள் சுதந்திரமாக மாறும் பக்குவம் வரும் வரையிலும், அறிவுறுத்தல்கள் அதிக மதிப்புடையதாக இருக்கும் பொழுதும் பெற்றோருக்கு ஒழுக்கத்துடன் கீழ்ப்படிந்திருக்க வேண்டும். நாம் அனைவரும் சரியானவையும் பொது நலனுக்கு உரியதுமான அறிவுறுத்தல்களைப் பின்பற்றி ஒழுக்கத்துடன் நம் அதிகாரிகளுக்குக் கீழ்ப்படியலாம், ஏனெனில் இது ஒரு விருப்பத்தேர்வு அல்ல, ஆனால் ஒரு அத்தியாவசியம். பங்குதாரர்கள் தங்களோடு உள்ளவர்களின் நல்வாழ்வுக்காக ஒழுக்கத்துடன் ஒருவருக்கொருவர் கீழ்ப்படியலாம். ஊழியர்கள் எஜமானர்களுக்கு ஒழுக்கத்துடன் கீழ்ப்படியலாம். இளையவர்கள் மூப்பர்களின் சரியான அறிவுரைகளுக்குக் கீழ்ப்படியலாம், ஒவ்வொருவரும் ஒரு பொது நலனுக்காகக் காரியங்கள் இருக்கும்போது ஒழுக்கத்துடன் ஒருவருக்கொருவர் கீழ்ப்படியலாம்.

பாதிக்கும் காரணிகள்

பெருமையான சுய நல எண்ணம் கொண்ட ஒருவர் ஒழுக்கத்தைத் தவிர்க்கலாம் மற்றும் சரியானதைப் பின்பற்றாமலும் இருக்கலாம். சரியான வழியைப் பின்பற்ற விரும்பாத ஒருவர், திருத்தத்திற்கு தன்னை உட்படுத்தமாட்டார். திருத்துவதற்கு ஒரு பிரம்பால் குழந்தையை அடிக்கும் போது, அது அவர்களைச் சிறிது பாதிக்கலாம், ஆனால் அது குழந்தையைப் பெரிய தீமையிலிருந்து பாதுகாக்கிறது. மக்களின் முட்டாள்தனமும், எது சரியானது என்று கண்டறிவதற்கான அறிவின்மையும் திருத்தம் பெறுவதைத் தடுக்கிறது. வெறும் வார்த்தைகளால், ஒரு பணியாளர் ஒழுக்கத்தை பெறுவதில்லை, ஆனால் ஒழுக்கம் என்றால் என்ன என்பதை எடுத்துக்காட்டுவது முக்கியம்.

தாக்கங்கள்

சரியான அறிவுறுத்தல்களுடன் கூடிய ஒழுக்கம் ஒரு நபர் தனது நாட்களைச் செழிப்புடனும், அவர்களின் ஆண்டுகளை மகிழ்ச்சியாகவும் கழிக்க உதவும். ஒரு நபர் சரியானதைப் பின்பற்றுவதன் மூலமும் ஒழுக்கத்துடன் நன்கு இருக்கும்போதும், தவறுச் செய்பவர் கூடக் கீழ்ப்படிவார் , மேலும் அந்த நபர் அதற்கான வெகுமதியைப் பெற்று

மகிழ்ச்சியடைவார். மக்கள் திருத்தத்தைப் ஏற்காதபோது, சத்தியம் அழிந்துவிடும். ஒழுக்கத்தைப் ஏற்கும் ஒரு நபர் பரிபூரணமானவராகவும், நல்ல செயல்களைச் செய்வதற்குத் தகுதியுடையவராகவும் இருப்பார். நம்மிடத்தில் உண்மையான அக்கறை கொண்டவர்களிடமிருந்தோ அல்லது நம்மீது அதிகாரம் உள்ளவர்களிடமிருந்தோ நாம் ஒழுக்கத்தை கற்றுக்கொண்டு கடைப்பிடிக்க வேண்டும், ஏனெனில் அது நம்முடைய சொந்த நன்மைக்காகவும், தவறுகளிலிருந்து நம்மைப் பாதுகாத்துக் கொள்ளவும் சிறந்தது. ஒழுக்கம் நம் மீது அக்கறையும் அதிகாரமும் உள்ளவர்களின் இதயத்தில் மகிழ்ச்சியைத் தருகிறது. ஒழுக்கம் ஒரு நபரை மீட்டெடுக்கிறது. ஒழுக்கம் கண்டனத்தை நீக்குகிறது.

கதை/ வழக்கு ஆய்வு

மாஹி இவ்வாறு எழுதினார், “செர்சஸ் ராஜாவின் இருபதாம் வருஷம் நிசான் மாதத்திலே, திராட்சரசம் ராஜாவுக்கு முன்பாக வைத்திருக்கையில், நான் அதை எடுத்து அவருக்குக் கொடுத்தேன்; நான் முன் ஒருபோதும் அவர் சமுகத்தில் துக்கமாயிருந்ததில்லை. அப்பொழுது ராஜா என்னைப் பார்த்து: நீ துக்கமுகமாயிருக்கிறது என்ன? உனக்கு வியாதியில்லையே, இது மனதின் துக்கமே ஒழிய வேறொன்றும் அல்ல என்றார்; அப்பொழுது நான் மிகவும் பயந்து, ராஜாவை நோக்கி: ராஜா என்றைக்கும் வாழ்க; என் பிதாக்களின் கல்லறைகள் இருக்கும் ஸ்தலமாகிய நகரம் பாழானதும், அதின் வாசல்கள் அக்கினியால் சுட்டெரிக்கப்பட்டதுமாய்க் கிடக்கும்போது, நான் துக்கமுகத்தோடு இராதிருப்பது எப்படி என்றேன். அப்பொழுது ராஜா என்னைப் பார்த்து: நீ கேட்கிற காரியம் என்ன என்றார். அப்பொழுது நான் வேண்டுதல் பண்ணி, ராஜாவைப் பார்த்து: ராஜாவுக்குச் சித்தமாயிருந்து, அடியேனுக்கு உமது சமுகத்தில் தயை கிடைத்ததானால், என் பிதாக்களின் கல்லறைகளிலிருக்கும் பட்டணத்தைக் கட்டும்படி, சாலேம் தேசத்துக்கு நீர் என்னை அனுப்ப வேண்டிக்கொள்ளுகிறேன் என்றேன். அப்பொழுது ராஜஸ்திரீயும் பக்கத்தில் உட்கார்ந்திருந்தாள். ராஜா என்னைப் பார்த்து: உன்

பிரயாணம் எத்தனை நாள் செல்லும், நீ எப்பொழுது திரும்பி வருவாய் என்று கேட்டார். இவ்வளவுகாலம் செல்லுமென்று நான் ராஜாவுக்குச் சொன்னபோது, என்னை அனுப்ப அவருக்குச் சித்தமாயிற்று. பின்னும் நான் ராஜாவைப் பார்த்து: ராஜாவுக்குச் சித்தமாயிருந்தால், நான் சாலேம் தேசத்துக்குப்போய்ச் சேருமட்டும், நதிக்கு அப்புறத்திலிருக்கிற தேசாதிபதிகள் என்னை வழிவிட்டனுப்பும்படிக்கு அவர்களுக்குக் கடிதங்கள் கொடுக்கும்படிக்கும், ஆலயத்துக்கு இருக்கிற அரணின் கதவு வேலைக்கும், நகர அலங்கத்தின் வேலைக்கும், நான் தங்கப்போகிற வீட்டின் வேலைக்கும் வேண்டிய மரங்களை ராஜாவின் வனத்துக் காவலாளனாகிய ஆசாப் எனக்குக் கொடுக்கும்படிக்கும், அவனுக்கும் ஒரு கடிதம் கட்டளையிடப்படுவதாக என்றேன்; நான் தயவை பெற்றிருந்தால், ராஜா அவைகளை எனக்குக் கட்டளையிட்டார்."

செயல்பாடுகள்

பங்கேற்பாளர்கள் 6-8 பேர் கொண்ட குழுக்களாகப் பிரிக்கப்படலாம். ஒவ்வொரு குழுவிற்கும் தயாராவதற்கு 3 நிமிடங்கள் கொடுக்கப்பட வேண்டும். ஒவ்வொரு குழுவும் துல்லியமாகப் பின்பற்றுவதற்கான தரநிலைகள் மற்றும் நடைமுறைகளுடன் கூடிய சில காரியங்களைப் பற்றிச் சிந்திக்க வேண்டும். அவர்கள் 30 வினாடிகள் செய்து அதை மற்ற குழுக்களுக்கு முன்பாகக் காட்சிப்படுத்த வேண்டும். பின்னர் ஒன்றாகச் செய்வதில் ஒழுக்கத்தின் முக்கியத்துவத்தை குறித்து விவாதிக்கலாம். சிறப்பாகச் செய்யும் குழு/ நபர் அங்கீகரிக்கப்படலாம்.

'கடவுள் சொல்கிறார்' என்ற அறிவுறுத்தலைப் பின்பற்றுவதற்கான ஒரு எளிய செயல்பாடு நடத்தப்படலாம், இதில் ஒருமுறை கைதட்டு, எழுந்து நில், கைகளை உயர்த்து, தலையைச் சுழற்று போன்ற சில செயல்களை வழிநடத்துபவர் பகிர்ந்துகொள்வார். 'கடவுள் சொல்கிறார்' என்று சொன்ன பிறகு சொல்லப்படும் செயல்களை மட்டுமே பங்கேற்பாளர்கள்

செய்ய வேண்டும். மேலும் 'கடவுள் சொல்கிறார்' என்று சொல்லாமல் வெறுமனே சொல்லப்படும் செயல்களை அவர்கள் செய்தால், அவர்கள் விளையாட்டிலிருந்து வெளியேற வேண்டும்.

கைதட்டல் முறைமை கூட ஒழுக்கத்தை கற்பிப்பதற்கான செயல்பாடாகப் பயன்படுத்தப்படலாம். வழிநடத்துபவர் சில முறைகளில் கைதட்ட வேண்டும், பங்கேற்பாளர்கள் அதைப் பின்பற்ற வேண்டும். யாரேனும் முறை தவறவிட்டால், அவர்கள் விளையாட்டிலிருந்து வெளியேற வேண்டும். சிறப்பாகச் செய்யும் நபர் அங்கீகரிக்கப்படலாம்.

3. பணிவு

அறிமுகம்

பெரும்பாலான சமயங்களில் நமது யோசனைகள் செயல்படுத்தப்பட வேண்டும் எனவும், நமது கருத்துகள் அங்கீகரிக்கப்பட வேண்டும் எனவும் விரும்புகிறோம், ஆனால் நம்முடையது அல்ல என்றாலும், மற்றவர்களின் எண்ணங்களுக்கு முக்கியத்துவம் கொடுத்துச் சிறந்ததைத் தேர்ந்தெடுக்கத் தவறினால், எதையாவது இழக்க நேரிடலாம் என்பது குறிப்பிடத்தக்கது. மனத்தாழ்மை என்பது மற்றவர்களை முக்கியத்துவம் வாய்ந்தவர்களாகக் கருதுவது மற்றும் சுயநல லட்சியம் அல்லது வஞ்சகத்தால் எதையும் செய்யாமல் இருப்பது.

முக்கியத்துவம்

தாழ்மையான மக்கள் தீமைகளிலிருந்து இரட்சிக்கப்படுவார்கள் மேலும் எல்லா தவறுகளிலிருந்தும் தீமைகளிலிருந்தும் மன்னிக்கப்படுவார்கள். மனத்தாழ்மையுள்ளவர்கள் சரியான காரியங்களில் வழிநடத்தப்படுவார்கள், சரியானதைக் கற்றுக்கொள்வார்கள்.

பயன்படுத்தப்படும் சூழ்நிலைகள்

சவாலான கடினமான சூழ்நிலைகள் இருந்தாலும், நாம் சரியான தரநிலைகள் மற்றும் மதிப்பீடுகளைப் பின்பற்றுகிறோமா என்பதற்கு பணிவு நமக்கு ஒரு சோதனையாக இருக்கலாம். நம்மைப் பின்பற்றுபவர்கள் பணிவிடை செய்து காரியங்களைச் செய்ய வேண்டும் என்று நாம் விரும்பினால், நாம் மனத்தாழ்மையுடன் இருக்க வேண்டும். மற்றவர்கள் கேலி செய்தாலும், அவமதித்தாலும், துன்புறுத்தினாலும் நாம் மற்றவரின் பைத்தியக்காரத்தனம் மற்றும் பெருமையைப் புரிந்துகொண்டவர்களாய் தாழ்மையுடன் இருக்கலாம்.

பாதிக்கும் காரணிகள்

ஒரு நபர் வைத்திருக்கும் அதிகாரமும் பதவியும், ஒன்றும் இல்லாதவர்களிடமோ அல்லது உயர்ந்த அதிகாரமும் பதவியும்

உடையவர்களிடமோ தாழ்மையுடன் இருப்பதை மறுக்கச்செய்யலாம். தங்களுடைய உடைமை மற்றும் செழுமையைப் பற்றிப் பெருமைப்படுபவர்களுக்கு மனத்தாழ்மை இருக்காது.

தாக்கங்கள்

ஒரு நபர் வாழ்க்கையில் உயர்ந்த மதிப்பீடுகளைக் கொண்டிருக்கும்போது, அந்த நபர் ஒவ்வொருவரின் மரியாதைக்கும் உரியவராகப் பணிவுடன் இருப்பார். வாழ்க்கையின் உயர்ந்த மதிப்பீடுகளைக் கொண்டு மனத்தாழ்மையுடன் இருப்பதற்கான வெகுமதி செல்வம் மற்றும் மரியாதை மற்றும் வாழ்க்கை. மனத்தாழ்மையுடன் இருப்பது ஒரு நபரை வரவிருக்கும் அனைத்து ஆபத்துகளிலிருந்தும் கோபத்திலிருந்தும் பாதுகாக்கிறது. தாழ்மையானவர் உயர்த்தப்படுவார் மற்றும் தயவைப் பெறுவார். ஒரு தாழ்மையான நபர் அமைதியாக இருப்பது போல் தோன்றினாலும் ஞானத்தைப் பெறுகிறார்.

கதை/ வழக்கு ஆய்வு

ஒரு ஞானி எழுந்து ஆடைகளைக் கழற்றி வைத்தார். ஒரு துண்டை எடுத்துத் தன் இடுப்பில் கட்டிக் கொண்டார். பிறகு ஞானி ஒரு பாத்திரத்தில் நீரை ஊற்றினார். அவர் தம் சீஷர்களின் கால்களைக் கழுவிச் சுத்தப்படுத்த ஆரம்பித்தார். பின் தன் இடுப்புத் துண்டால் அவர்கள் கால்களைத் துடைத்தார். ஞானி, ஷைனிடம் வந்தார். ஆனால் அவன் ஞானிவிடம், “ஆண்டவரே, நீர் என் கால்களைக் கழுவக்கூடாது” என்றான். அதற்கு ஞானி அவனிடம், “நான் என்ன செய்கிறேன் என்று இப்போது உனக்குத் தெரியாது. ஆனால் பிறகு நீ புரிந்துகொள்வாய்” என்றார். ஷைனோ, “இல்லை நீர் என் கால்களைக் கழுவவேகூடாது” என்றான். ஞானியோ, “நான் உன் கால்களைக் கழுவாவிட்டால், நீ என்னோடு பங்குள்ளவனாக இருக்க முடியாது” என்றார். உடனே ஷைன், “ஆண்டவரே, அப்படியானால் என் கால்களோடு, என் கைகளையும் தலையையும்கூடக் கழுவுங்கள்” என்றான். “ஒரு மனிதன் குளித்தபிறகு அவனது சரீரம் எல்லாம் சுத்தமாகிவிடுகிறது. அதன் பிறகு அவன் கால்களை மட்டும் கழுவினால் போதும். நீங்கள் சுத்தமாக இருக்கிறீர்கள். ஆனால் அனைவரும் அல்ல” என்றார் ஞானி. யார் தனக்கு எதிராக

மாறியுள்ளவன் என்று ஞானிக்குத் தெரியும். அதனால்தான் ஞானி “நீங்கள் அனைவரும் சுத்தமாக இல்லை” என்று கூறினார். ஞானி அவர்களின் கால்களைச் சுத்தப்படுத்தி முடித்தார். பிறகு அவர் தன் ஆடைகளை அணிந்துகொண்டு சாப்பாடு மேசைக்குத் திரும்பினார். ஞானி அவர்களிடம், “நான் உங்களுக்குக்காகச் செய்தவற்றை நீங்கள் புரிந்துகொண்டீர்களா? நீங்கள் என்னை ‘ஆண்டவரே’ என்று அழைக்கிறீர்கள், இதுதான் சரியானது, ஏனென்றால் உண்மையில் நான் ஆண்டவராகவே இருக்கிறேன். நான் உங்கள் போதகராகவும் ஆண்டவராகவும் இருக்கிறேன். ஆனால் நான் ஒரு வேலைக்காரனைப்போன்று உங்கள் கால்களைக் கழுவினேன். ஆகையால் நீங்கள் ஒருவருக்கொருவர் உங்கள் கால்களைக் கழுவிக்கொள்ளுங்கள். இதை நான் ஒரு முன்மாதிரியாகவே செய்தேன். நான் உங்களுக்குச் செய்ததுபோலவே நீங்களும் ஒருவருக்கொருவர் செய்துகொள்ளுங்கள். நான் உங்களுக்கு உண்மையாகவே கூறுகிறேன். ஒரு வேலைக்காரன் தன் எஜமானனைவிடப் பெரியவன் அல்ல. ஒருவன் என்னதான் பெரிய காரியங்களைச் செய்தாலும் அனுப்பப்பட்டவன் அனுப்பியவரைவிட பெரியவனல்ல. நீங்கள் இவற்றை அறிந்துகொண்டால், அவற்றைச் செய்யும்போது மகிழ்ச்சியடைவீர்கள்.

செயல்பாடுகள்

பங்கேற்பாளர்கள் அனைவரும் 5-8 பேர் கொண்ட குழுக்களாகப் பிரிக்கப்படலாம். ஒவ்வொரு குழுவிற்கும் ஒரு பலூன் வழங்கப்பட வேண்டும் மற்றும் அவர்கள் ஒரு தலைவரைத் தேர்ந்தெடுக்க வேண்டும். பலூனை ஊதி முடிச்சு போட/ கட்டிவிட வேண்டும். அனைத்து பங்கேற்பாளர்களும் தங்கள் குழுக்களுடன் ஒரு வட்டத்தில் நிற்க வேண்டும், மேலும் தலைவர் பலூனுடன் மையத்தில் இருக்க வேண்டும். வழிநடத்துபவர் தொடங்கலாம் என்று கூறும்போது, தலைவர் பலூனைத் தலைக்கு மேல் வைத்து விட்டுவிட வேண்டும், பிறகு யாரும் பலூனைத் தங்கள் உடலால் தொடக் கூடாது, ஊதிப் பலூனைக் காற்றில் இருக்குமாறு செய்ய வேண்டும். பலூனைக் காற்றில் நீண்ட நேரம் இருக்கச் செய்யும் குழு வெற்றி பெறும்..

பங்கேற்பாளர்கள் அனைவரும் 5-8 பேர் கொண்ட குழுக்களாகப் பிரிக்கப்படலாம். ஒவ்வொருவரும் ஒருவரையொருவர் எதிர்கொள்ளும் வகையில் வட்டமாக நின்று கைகள் நீட்டிய நிலையில் ஒருவரின் கைகளை இன்னொருவர் பிடிக்க வேண்டும். அவர்கள் அனைவரும் கைகளை விட்டு விடாமல், கைகள் நீட்டிய நிலையில் வெளியே பார்த்தவாறு திரும்ப வேண்டும். யாருடைய கைகளும் மடங்கிய நிலையில் இருக்கக் கூடாது. ஒருவரையொருவர் மதிக்க வேண்டிய சவால்கள் மற்றும் அவசியம் குறித்து விவாதிக்கப்படலாம்.

பங்கேற்பாளர்கள் அனைவரும் 5-8 உறுப்பினர்களைக் கொண்ட குழுக்களாகப் பிரிக்கப்படலாம். தொடக்கக் கோடு மற்றும் இறுதிக் கோடு 5 முதல் 10 மீட்டர் வரை இருக்க வேண்டும். ஒரு நேரத்தில் ஒரு நபர் மட்டும் மற்றவர்களின் கால்களுக்கு இடையில் நகர வேண்டும். அனைத்து உறுப்பினர்களும் கால்களுக்கு இடையில் கடந்து இறுதிக் கோட்டைக் கடக்க வேண்டும். முதலில் முடிக்கும் குழு வெற்றியாளர்.

4. நம்பகத்தன்மை

அறிமுகம்

நம்பகத்தன்மை என்பது மக்கள் பொறுப்புகளை ஒப்படைப்பதற்கும், சில பணிகளை முடிக்க நம்மை நம்புவதற்கும் ஒரு சிறந்த தரம். நன்மை செய்வதற்கும் உண்மையுள்ளவர்களாக இருப்பதற்கும் சரியான ஆளுமையினிடத்தில் நம் நம்பிக்கை இருக்க வேண்டும். சில நேரங்களில் நாம் ஒரு நபர் வகிக்கும் நிலை அல்லது அவரது ஆற்றலின் காரணமாக அவரை நம்புகிறோம், ஒரு நாள் அவரும் மறைந்துவிடுவார் என்பதை உணரத் தவறிவிடுகிறோம், எனவே உயர்ந்த ஆளுமையினிடத்திலோ அல்லது எப்போதும் நிலைத்து இருக்கும் மதிப்பீடுகள் மற்றும் தரநிலைகள் மீதோ நாம் நம்பிக்கை வைப்பது முக்கியம்.

முக்கியத்துவம்

ஒரு தகவலோ அல்லது ஆளுமையோ நம்பகதன்மையுடன் இருக்கும்போது, அதைப் புறக்கணிக்க முடியாது மற்றும் நாம் அதை ஏற்றுக்கொள்ளவில்லையெனினும் உண்மை நிறுவப்படும். சரியான தரநிலைகள் மற்றும் விதிகளின் மீது நம்பிக்கை வைப்பது ஒரு நபர் சரியான வழிகளில் நடக்கவும் மற்றவர்களைச் சரியான வழியில் நடத்தவும் உதவுகிறது. நம்பகமான ஒரு நபர் தன்னிடத்தில் உள்ள வெளிப்படுத்தப்படக்கூடாத ஒரு விஷயத்தைப் பாதுகாப்பாக வைக்கிறார்.

பயன்படுத்தப்படும் சூழ்நிலைகள்

வேறொரு நபரிடமிருந்து எதையாவது ஏமாற்றிய அல்லது திருடிய ஒருவர், நஷ்டத்தைத் திருப்பிச் செலுத்துவதன் மூலம் தனது நம்பகத்தன்மையை நிரூபிக்க வேண்டும். லஞ்சத்தை வெறுக்கும் திறமையுள்ள ஒரு நபர் நம்பகமானவர். தவறுகளை உணர்ந்து, மாற்றங்களுடன் தன்னை புதுப்பித்துக்கொள்ளும் ஒருவர் நம்பகமானவராக இருப்பார், மற்றும் அவர் யாரிடத்தில் தவறு செய்தாரோ அவர்கள் அவரைத் திரும்பவும் நம்ப பரிந்துரைக்கப்படுவார்.

பாதிக்கும் காரணிகள்

ஒரு நபர் அல்லது குழு அதிக சக்திவாய்ந்தவர்களாக இருக்கும் போதும் கூட ஆதிக்கம் செலுத்தும் போது, நம்பகத்தன்மை இருக்காது. அதிகாரம், பதவி அல்லது செழிப்பு ஆகியவற்றின் மீது நம்பிக்கை இருந்தால், அது தோல்வியடைந்து, உண்மையான மக்கள் மற்றும் உயரிய அதிகாரத்தின் மீதான நம்பிக்கையைக் குறைக்கும். தவறான நம்பிக்கையோடு இருப்பதும் விக்கிரகத்தின் மீது நம்பிக்கை வைப்பதும் நம்மைச் செயல்படாத ஒரு சிலையைப் போல ஆக்கிவிடும். நம்பகமான ஒரு நபர் ஆயிரம் பேருக்கோ, நூறு பேருக்கோ, ஐம்பது பேருக்கோ மற்றும் பத்து பேருக்கோ தலைவராக வைக்கப்படுவார்.

தாக்கங்கள்

நம்பகமானவர்களாகக் கருதப்படும் நபர்களுக்குக் கடமைகளும் பொறுப்புகளும் ஒதுக்கப்பட்டு ஒப்படைக்கப்படும். நாம் சரியானதைப் பின்பற்றும்போது, சமாதானம் இருக்கும். சொல்லிலும் செயலிலும் கவனமாக இருப்பவர், நீதியை நிறைவேற்றுபவர், அந்நியரையோ தந்தையற்றவர்களையோ விதவையையோ துன்புறுத்தாதவர், தவறைப் பின்பற்றாதவர், போன்றவர்கள் நம்பகமானவராக இருக்க முடியும். தலைவராக இருக்க விரும்பும் நபர் நம்பகமானவராக இருக்க வேண்டும். நம்பிக்கைக்குரிய அல்லது நம்பகமான வார்த்தைகளைப் பற்றிக் கொண்டிருக்கும் ஒரு நபர், மற்றவர்களுக்குச் சிறப்பாகப் போதிக்கத்தக்கதாக அறிவில் சிறந்தவராக இருப்பார் அதனால் மக்களுக்கு நன்மை பயக்கும் நல்ல செயல்களையும் பயனுள்ள செயல்களையும் செய்வதற்கு அவருக்கு உதவியாக இருக்கும்.

கதை/ வழக்கு ஆய்வு

மூப்பர்களை நியமிக்கும் பொழுது பின்வருவனவற்றை கருத்தில் கொள்ள வேண்டும். மூப்பராக இருக்கிறவன் எந்தத் தவறுகளையும் செய்யாத குற்றமற்றவனாக இருக்க வேண்டும். அவன் ஒரே ஒரு மனைவியை உடையவனாக இருக்க வேண்டும். அவனது பிள்ளைகள் தீமையில்லாமல்

இருக்கவேண்டும். கொடுமைக்காரர்களாகவும், கீழ்ப்படியாதவர்களாகவும் அவர்கள் இருக்கக் கூடாது. ஒரு மூப்பர் பொறுப்புகளை உடையவர். எனவே, அவருக்குத் தவறு செய்தோம் என்ற குற்ற உணர்வு இருக்கக் கூடாது. தற்பெருமையும், சுயநலமும், முன் கோபமும் இல்லாதவராக இருக்கவேண்டும். அவர் குடிகாரனாக இருக்கக் கூடாது. சண்டைப் பிரியனாக இருக்கக் கூடாது. பிறரை ஏமாற்றிச் செல்வம் சேர்ப்பவராகவும் இருக்கக்கூடாது. தம் வீட்டில் அந்நிய மக்களை வரவேற்று உபசரிக்கிறவராகவும், நல்லவற்றின் மீது அன்புடையவராகவும் இருக்க வேண்டும். ஞானமும், நேர்மையுமாய் வாழ்பவராகவும், தூய்மையும், சுய கட்டுப்பாடும் உடையவராகவும் அவர் இருக்க வேண்டும். தாம் போதிக்கின்றவற்றை மூப்பர் உண்மையிலேயே பின்பற்றுபவராக இருக்கவேண்டும். உண்மையான போதனையின் மூலம் மக்களை உற்சாகப்படுத்த வேண்டும். உண்மையான போதனைகளுக்கு எதிரானவர்கள் எங்கே தவறு செய்கிறார்கள் என்பதை நிரூபிக்க வேண்டும். பலர் தாழ்மையற்று இருக்கின்றார்கள். அவர்கள் வீணான வார்த்தைகளைப் பேசி மக்களைத் தவறான வழியில் நடத்திச்செல்கிறார்கள், குறிப்பாக பெருமையுள்ளவர்கள். இத்தகையவர்களின் பேச்சு தவறானது என மக்களுக்குச் சுட்டிக்காட்டும் திறமையுடையவராக மூப்பர் இருத்தல் வேண்டும்.. எதைப் போதிக்கக் கூடாதோ அதையெல்லாம் போதித்து எல்லாக் குடும்பங்களையும் அவர்கள் அழிக்கிறார்கள். மக்களை ஏமாற்றிச் செல்வம் சேர்க்கவே அவர்கள் இவ்வாறு போதிக்கிறார்கள், எனவே பயனற்ற பேச்சுக்களைப் பேசுபவரை மூப்பர் நிறுத்த வேண்டும்.

செயல்பாடு

பங்கேற்பாளர்கள் ஒரு வட்டமாக நிற்க வேண்டும். பங்கேற்பாளர்களில் ஒருவர் கண்கள் மூடிய நிலையில் இருக்க வேண்டும். கண்கள் மூடியுள்ள நபர் நம்பிக்கையுடன் வட்டத்திற்குள் நடக்கத் தொடங்க வேண்டும், மற்ற பங்கேற்பாளர்கள் அனைவரும் அவர்களை அணுகும்போது அவர்களின் தோள்களைப் பிடித்து மற்றொரு நபரை நோக்கித் திருப்ப வேண்டும். இது சில சுற்றுகள் தொடரலாம். பின்னர், குழுவில் பங்கேற்பவர்களில் இருந்து

மேலும் சிலரை ஒவ்வொருவராகச் சேர்த்து, பங்கேற்பாளர்கள் ஒருவரையொருவர் இடிக்காமல், கீழே விழாமல் அனைவரையும் வழிநடத்த வேண்டும். பின்னர் பங்கேற்பாளர்களில் கண்களை மூடிக்கொண்டவர்களும் அவர்களை வழிகாட்டியவர்களும் தங்கள் எண்ணங்களையும் அவர்கள் எப்படி உணர்ந்தார்கள் என்பதையும் பகிர்ந்து கொள்ளலாம்.

5. பொறுப்பு

அறிமுகம்

பொறுப்பு என்பது ஒரு நபர் தான் வகிக்கும் பங்கின் ஒரு பகுதியாகவோ அல்லது யாரோ ஒருவர் தன் மீது நம்பிக்கை வைத்திருப்பதால் கொடுக்கப்பட்ட ஒரு பணியை முடிப்பதாகவோ அல்லது ஏதோ ஒன்றை கவனிப்பதாகவோ இருக்கலாம். மேலும், பொறுப்பு என்பது சூழ்நிலை அல்லது ஆர்வத்தின் அடிப்படையில் ஒருவர் ஒரு பணியை முடிப்பது அல்லது ஏதோ ஒன்றை கவனிப்பது. பொறுப்புள்ள ஒரு நபர், உரிமையாளரிடமோ அல்லது தலைவரிடமோ உள்ள எல்லாவற்றின் மீதும் ஒரு அதிபதியாக நியமிக்கப்படுவார், மேலும் அவர் நம்பி ஒப்படைக்கப்பட்ட அனைத்தையும் நிறைவேற்றுவார். ஒரு பொறுப்புள்ள நபர் தனது எஜமானர்களுக்கு மட்டுமல்ல, தனது கட்டுப்பாட்டில் இருப்பவர்களுக்கும் செவிக்கொடுக்கிறார்.

முக்கியத்துவம்

சிலருக்கு பல விஷயங்களைச் செய்யும் திறன் இருந்தாலும், நேரம் மற்றும் போதிய ஆற்றல் இல்லாததால், எல்லாவற்றையும் எல்லோராலும் செய்ய முடியாது. ஏற்கனவே பல விஷயங்களில் நாம் ஈடுபட்டிருக்கும்போது, திறமையாகவும் முழுமையாகவும் பணிகளைச் செய்வதற்கு, திறமையுடன் கூடத் தயாராக இருப்பவருக்குப் பொறுப்புகள் பகிர்ந்தளிக்கப்பட வேண்டும். நாம் சில பொறுப்பை ஏற்கும்போதோ அல்லது சில பொறுப்புகள் கொடுக்கப்படும் போதோ மட்டுமே நாம் பொறுப்புக் கூறுவோம், மேலும் நம்மிடமிருந்து எதிர்பார்க்கப்படுவதை நிறைவேற்றுவதற்கு நம்மால் முடிந்த முயற்சியை மேற்கொள்வோம்.

பயன்படுத்தப்படும் சூழ்நிலைகள்

யாராவது நம்மைப் பாராட்டினாலும், பாராட்டாவிட்டாலும், நம் அதிகாரிகள் நம்மிடம் ஒப்படைக்கப்பட்ட கடமைகளுக்கு நாம் பொறுப்பேற்க வேண்டும். நாம் இணைந்திருக்கும் ஒவ்வொருவருக்கும்

நாம் பொறுப்பு. ஏதோவொன்றில் வலுவாக இருப்பவர்கள் பலவீனமானவர்களை உயர்த்துவதற்குப் பொறுப்பாளிகள், அவர்களின் நல்வாழ்வில் உண்மையான அக்கறை காட்டலாம்.

பாதிக்கும் காரணிகள்

சோம்பேறித்தனம் ஒரு நபரைப் பொறுப்பற்றவராக ஆக்கி, தன்னிடம் உள்ள அனைத்தையும் இழக்க நேரிடும். நமது அதிகாரம், பதவி, உடைமை ஆகியவை நமது பொறுப்புணர்வை பெரிய அளவில் பாதிக்கலாம். நமது முன்னுரிமைகள், நமது ஆர்வங்கள் மற்றும் நமது திறன்களும் கூட நமது பொறுப்புணர்வை பாதிக்கலாம்.

தாக்கங்கள்

ஒரு பொறுப்புள்ள நபர் ஒழுக்கமாக இருப்பார், வாழ்க்கையின் உயர்ந்த தரங்களையும் மதிப்பீடுகளையும் பின்பற்றுவார். அவர் மற்றவர்களுக்கு மேலானவர் மற்றும் நிந்தைக்கு அப்பாற்பட்ட தலைவர். அவர் திமிர்பிடித்தவராகவோ, சீக்கிரம் கோபமடைபவராகவோ, குடிகாரனாகவோ, வன்முறையில் ஈடுபடுபவராகவோ அல்லது ஆதாயத்திற்காகப் பேராசை கொண்டவராகவோ இருக்க மாட்டார், ஆனால் விருந்தோம்பல், நன்மை, சுயக்கட்டுப்பாடு, நேர்மை, பரிசுத்தம், ஒழுக்கம் ஆகிய பண்புகளைக் கொண்டவர். ஏற்கனவே தன்னிடம் உள்ளவற்றை சரியாகப் பயன்படுத்துபவர்களுக்கு அதிக பொறுப்புகள் கொடுக்கப்படும்.

கதை/ வழக்கு ஆய்வு

ஒரு மனிதன் தன் வீட்டை விட்டு வேறொரு இடத்திற்குப் பயணமானான். புறப்பட்டுச் செல்வதற்கு முன் அவன் தனது மூன்று வேலைக்காரர்களுடன் பேசினான். தான் புறப்பட்டுச் சென்றபின் தனது உடமைகளைப் பார்த்துக் கொள்ளுமாறு அவர்களுக்குச் சொன்னான். ஒவ்வொரு வேலைக்காரனும் எதைப் பார்த்துக் கொள்ள முடியுமென அவன் தீர்மானித்தான். அதற்கேற்ப ஒருவனிடம் ஐந்து பை நிறையப் பணமும் மற்றொருவனிடம் இரண்டு பை நிறையப் பணமும் மூன்றாவது

வேலைக்காரனிடம் ஒரு பை நிறையப் பணமும் கொடுத்தான். பின் அவன் புறப்பட்டுப் போனான். ஐந்து பை பணம் பெற்றவன் விரைந்து அப்பணத்தை முதலீடு செய்தான். அது மேலும் ஐந்து பை பணத்தை ஈட்டித் தந்தது. அதே போல இரண்டு பை பணம் பெற்றவனுக்கும் நடந்தது. அவன் தான் பெற்ற இரண்டு பை பணத்தை முதலிட்டு மேலும் இரண்டு பை பணம் ஈட்டினான். ஆனால், ஒரு பை பணம் பெற்றவனோ நிலத்தில் ஒரு குழி தோண்டி தன் எஜமானின் பணத்தைப் புதைத்து வைத்தான். “நீண்ட காலம் கழித்து எஜமானன் வீட்டிற்குத் திரும்பி வந்தான். தன் பணத்தை என்ன செய்தார்கள் எனத் தன் மூன்று வேலைக்காரர்களிடமும் கேட்டான். ஐந்து பை பணம் பெற்ற வேலைக்காரன் மேலும் ஐந்து பை பணத்தைக் கொண்டு வந்து தன் எஜமானிடம் சொன்னான், ‘எஜமானே! நீர் என்னை நம்பி ஐந்து பை பணம் தந்தீர்கள். ஆகவே, நான் அதை முதலிட்டு மேலும் ஐந்து பை பணம் ஈட்டியுள்ளேன்!’ என்றான். “அதற்கு எஜமானன், ‘நீ செய்தது சரி. நம்பிக்கையுள்ள நல்ல வேலைக்காரன். நான் கொடுத்த சிறிது பணத்தைக் கொண்டு நன்கு செயல்பட்டாய், மேலும் பெரிய பொறுப்புக்களை உன்னிடம் ஒப்படைப்பேன். நீயும் என் மகிழ்ச்சியில் பங்குகொள்!’ என்றான். “பின்னர் இரண்டு பை பணம் பெற்ற வேலைக்காரன் தன் எஜமானிடம் வந்து, ‘எஜமானே, நீங்கள் என்னிடம் இரண்டு பை பணம் தந்தீர்கள். நான் அதைக்கொண்டு மேலும் இரண்டு பை பணம் ஈட்டியுள்ளேன்’ என்றான். “அவனுக்கு எஜமான், ‘நீ செய்தது சரி. நீ நம்பிக்கைக்கு உரிய நல்ல வேலைக்காரன். நான் கொடுத்த சிறிய பணத்தைக் கொண்டு நன்கு செயல்பட்டாய். ஆகவே, மேலும் பெரிய பொறுப்புக்களை உன்னிடம் ஒப்படைப்பேன். நீயும் என் மகிழ்ச்சியில் பங்கு கொள்!’ என்றான். “பின் ஒரு பை பணம் பெற்ற வேலைக்காரன் தன் எஜமானிடம் வந்து, ‘எஜமானே, நீர் மிகவும் கடினமானவர் என்பது எனக்குத் தெரியும். விதைக்காமலேயே அறுவடை செய்கிறவர் நீர். செடி நடவாமலேயே தானியங்களை சேர்க்கிறவர் நீர். எனவே, நான் பயம்கொண்டேன். நீர் தந்த பணத்தை நிலத்தில் குழி தோண்டிப் புதைத்தேன். இதோ நீங்கள் தந்த ஒரு பை பணம்’ என்றான். “எஜமான் அவனை நோக்கி, ‘நீ ஒரு மோசமான சோம்பேறி வேலைக்காரன். நான்

விதைக்காமலேயே அறுவடை செய்வதாகவும்; நடாமலேயே தானியங்களை சேகரிப்பதாகவும் கூறுகிறாய். எனவே நீ என் பணத்தை வங்கியில் செலுத்தியிருக்க வேண்டும். அப்படிச் செய்திருந்தால், நான் திரும்பி வரும்பொழுது, என் பணமும் எனக்குக் கிடைத்திருக்கும். அதற்கான வட்டியும் கிடைத்திருக்கும்' என்றான். "ஆகவே, எஜமானன், தன் மற்ற வேலைக்காரர்களைப் பார்த்து, 'அந்த வேலைக்காரனிடமிருந்து அந்த ஒரு பை பணத்தை வாங்கி அதை பத்து பை பணம் வைத்திருப்பவனிடம் கொடுங்கள்' என்றான்.

செயல்பாடு

பங்கேற்பாளர்கள் 6-8 பேர் கொண்ட குழுக்களாகப் பிரிக்கப்படலாம். ஒவ்வொரு குழுவிற்கும் செய்தித்தாள்கள் அல்லது சில வேண்டாத பொருட்கள் அல்லது ஸ்டிராஸ் (straws) மற்றும் கத்தரிக்கோல், டேப்ஸ் (tapes), ஸ்டேப்லர் பின்களோடு (stapler pins) வழங்கப்படும். ஒவ்வொரு நபருக்கான பாத்திரங்களைத் தீர்மானம் செய்வதற்கு அவர்கள் தங்கள் குழுவுடன் விவாதிக்க வேண்டும் மற்றும் அவர்கள் செயல்பாடு முடியும் வரை அந்தப் பணியைச் செய்ய வேண்டும். 10 நிமிடங்களில் எந்தத் துணையும் இல்லாமல் தனித்து நிற்கக்கூடிய அழகான மற்றும் உயரமான கோபுரத்தை உருவாக்குவதே பணி. யாருடைய கோபுரம் சிறப்பாக வடிவமைக்கப்பட்டு, உயரமாக, யாரும் தொடாமல் தனித்து நிற்கிறதோ, அந்தக் குழு வெற்றி பெறும். அணிகள் தங்கள் அனுபவத்தையும் கற்றலையும் பகிர்ந்து கொள்ளலாம்.

6. அணுகல்

அறிமுகம்

அணுகல் என்பது தேவையில் உள்ளவர்களோ அல்லது நாம் கடமைப்பட்ட எவரும் பயன்பெற கூடியவராகவும் அணுகக்கூடியவராகவும் இருப்பது. கறையுள்ளவர்கள் பரிபூரணமானதை அணுகமாட்டார்கள் என்பது பரவலாக ஏற்றுக்கொள்ள கூடியது, அதனால் கறையுள்ளவர்கள் பரிபூரணமானவர்களை அணுக முடியாது. ஏழைகள், தேவையிலுள்ளவர்கள் அல்லது மனம் உடைந்தவர்களிடம் அன்பாக நடந்துகொள்ளாமல், அவர்களைத் திண்டாடச் செய்தவர், பூமியில் வாழ்ந்து முடித்த பிறகு நினைவுகூரப்படமாட்டார். மனதில் தீமையை விதைத்து விதவை, தகப்பனற்றவர், அந்நியர், ஏழைகள் ஆகியோரை துன்புறுத்துபவர் அவர்களின் வாழ்க்கையில் ஓய்வைக் காணமாட்டார், மேலும் அவர்களின் முயற்சிகள் அர்த்தமற்றதாக இருக்கும்.

முக்கியத்துவம்

அணுகல்தன்மை ஒரு சாதாரண நபரும் கூட மிகுந்த அதிகாரமும் ஆற்றலும் உள்ளவரை, நம்பிக்கையுடனும், கோரிக்கைகள் ஏற்றுக்கொள்ளப்படும் என்ற எதிர்பார்ப்புடனும் அணுக அனுமதிக்கிறது. தேவையிலுள்ளவர்கள் அணுக அனுமதிப்பது அவர்களுக்கு ஆறுதலளிக்க அவசியம், மேலும் நம் கஷ்டங்களில் நம்மை ஆறுதல்படுத்தக்கூடிய ஒருவரை அணுகுவதும் முக்கியம்.

பயன்படுத்தப்படும் சூழ்நிலைகள்

நாம் பிரச்சனையின் மத்தியில் இருக்கும்போது, சிக்கலைத் தீர்ப்பதில் உதவக்கூடிய சிலரை நாம் அறிந்தால், அந்த நபரை அணுகுவதற்கான வாய்ப்பைத் தேடலாம். நமது வழக்கமான பாத்திரங்கள் மற்றும் பொறுப்புகளைப் பொருட்படுத்தாமல், தேவையில் உள்ள மக்களுக்கு நாம் அணுகக்கூடியவர்களாக இருக்கலாம்.

பாதிக்கும் காரணிகள்

அணுகலுக்கு நிறைய நம்பிக்கை தேவை மற்றும் நம்பிக்கை இன்மையால், அது மறுக்கப்படலாம். ஆனால் நம்பிக்கை உடைந்தாலும், மற்ற நபருக்கு உதவ ஒரு நபர் அணுகுவதற்கு ஏதுவாக இருக்க முடியும். யாரோ ஒருவர் மீதோ அல்லது ஒரு குழுவினர் மீதோ உள்ள பயம் அல்லது பாகுபாடு காரணமாக, அணுகல் மறுக்கப்படலாம். பயம் மெதுவாக நீக்கப்பட வேண்டும் மற்றும் எந்த விதத்திலான பாகுபாடாயினும் முற்றிலும் அழிக்கப்பட வேண்டும். மேலும், அதிகாரம் மற்றும் பதவியின் பெருமை காரணமாக, சிலருக்கு அணுகல் மறுக்கப்படுகிறது. ஆனால் தாழ்மை என்பது ஒருவரின் சுய உடைமையாக எப்பொழுதும் இருக்க வேண்டும், மேலும் அவர் அணுகக்கூடியவராக இருக்க வேண்டும்.

தங்கள் வாழ்க்கையில் சரியான வழியில் உயர்ந்த மதிப்பீடுகள் மற்றும் தரநிலைகளுடன் நடப்பவர்கள் ஆட்சியாளர்களாகவும் பொறுப்பாளர்களாகவும் இருப்பார்கள், மேலும் மிகவும் மதிப்புமிக்க இடங்களுக்கு அணுகலைப் பெறுவார்கள். நம்மிடம் சரியான நம்பிக்கை இருக்கும் போது, நமக்கு தைரியம் இருக்கும் மற்றும் நம்பிக்கையுடன் எதையும் அணுகலாம். எளிதாக சந்திக்கக்கூடியவரும் அணுகக்கூடியவருமான ஒரு நபர் ஒரு நல்ல தலைவராக இருக்க முடியும். நாம் அன்பாகவும், மக்களுக்கு அணுகக்கூடியவர்களாகவும் இருக்கும்போது, அவர்கள் நமக்கு தேவைப்படும் நேரத்தில் அக்கறையும் ஆதரவும் கொடுப்பார்கள்.

கதை/ வழக்கு ஆய்வு

டேவ், “ஷாமின் வீட்டில் இன்னும் யாராவது உயிரோடிருக்கிறார்களா? நான் அவனுக்கு கருணை காட்ட விரும்புகிறேன். ஜோன்ஸ் நிமித்தம் நான் இதைச் செய்ய விரும்புகிறேன்” என்று கூறினான். ஷாமின் குடும்பத்தை சேர்ந்த சென் என்னும் வேலைக்காரன் இருந்தான். டேவின் பணியாட்கள் சென் ஐ டேவிடம் அழைத்து வந்தனர். டேவ் அரசன், சென்னிடம், “நீ சென்னா?” என்று கேட்டான். சென், “ஆம் நான் உங்கள் பணியாளாகிய

சென்" என்றான். அரசன், "ஷாமின் குடும்பத்தில் யாராவது உயிரோடிருக்கிறார்களா? இரக்கத்தை நான் அவனுக்குக் காட்ட வேண்டும்" என்றான். டேவிடம், "ஜோன்ஸ்க்கு இரு கால்களும் முடமான ஒரு மகன் இருக்கிறான்" என்று சென் சொன்னான். அரசன் சென் ஐ நோக்கி, "அந்த மகன் எங்கே இருக்கிறான்?" என்று கேட்டான். சென், அரசனிடம், "துபாயில் ஆன்டனின் மகனாகிய மோயன் வீட்டில் அவன் இருக்கிறான்" என்றான். டேவ் அரசன் பணியாட்களை துபாயில் உள்ள ஆன்டனின் மகனாகிய மோயன் வீட்டிலிருந்த ஜோன்ஸ் இன் மகனை அங்கிருந்து அழைத்து வருவதற்காக அனுப்பினான். ஜோன்ஸ் இன் மகன் மார்ஷல் என்பவன் டேவிடம் வந்து முகங்குப்புற விழுந்து வணங்கினான். டேவ், "மார்ஷல்?" என்றான். மார்ஷல், "நான் உங்கள் பணியாளாகிய மார்ஷல்" என்றான். டேவ் மார்ஷலை நோக்கி, "பயப்படாதே நான் உனக்கு இரக்கம் காட்டுவேன். உன் தந்தை ஜோன்ஸ் இன் நிமித்தம் இதைச் செய்வேன். உன் பாட்டனான ஷாமின் நிலங்களையெல்லாம் உனக்குத் தருவேன். நீ எப்பொழுதும் எனது பந்தியில் உண்பாய்" என்றான். மார்ஷல் மீண்டும் டேவை வணங்கினான். மார்ஷல், "உங்கள் பணியாளாகிய என்னிடம் நீங்கள் இரக்கம் காட்டுகிறீர்கள். நான் செத்த நாயைக் காட்டிலும் மேலானவன் அல்ல" என்றான். அப்போது டேவ் அரசன் ஷாமின் வேலைக்காரன் சென் ஐ அழைத்தான். டேவ் சென் ஐ நோக்கி, "உன் எஜமானரின் பேரனாகிய மார்ஷலிற்கு ஷாம் குடும்பம் மற்றும் ஷாமுக்கும் சொந்தமான எல்லாவற்றையும் கொடுத்துள்ளேன். நீ அந்த நிலத்தைப் பயிர் செய்வாய். உன் மகன்களும் வேலையாட்களும் மார்ஷலிற்காக இதைச் செய்ய வேண்டும். நீ பயிர்களை அறுவடைச் செய்து விளைச்சலைச் சேர்ப்பாய். அப்போது உன் எஜமானனின் பேரனான, மார்ஷல் உண்பதற்குத் தேவையான உணவைப் பெறுவான். உனது எஜமானின் பேரன், எப்பொழுதும் என் பந்தியில் ஆகாரம் உண்பான்" என்றான். சென் இற்கு 15 மகன்களும் 20 வேலைக்காரரும் இருந்தனர். சென் டேவ் அரசனை நோக்கி "நான் உங்கள் பணியாள், ஆண்டவனாகிய எனது அரசன் கட்டளையிடுகிற எல்லாவற்றையும் நான் செய்வேன்" என்றான். மார்ஷல் ராஜகுமாரனைப்போல் டேவின் பந்தியில் உணவுண்டான். மார்ஷலிற்கு மோனிஷ் என்னும் சிறிய மகன் இருந்தான்.

சென் இன் குடும்பத்தின் ஜனங்கள் அனைவரும் மார்ஷலின் வேலையாட்களாயினர். மார்ஷல் இரு கால்களும் முடமானவன். மார்ஷல் மேற்கு ஆசியாவில் வாழ்ந்தான். ஒவ்வொரு நாளும் அவன் அரச பந்தியில் உணவுண்டான்.

செயல்பாடு

பங்கேற்பாளர்கள் அனைவரும் 6-8 பேர் கொண்ட குழுக்களாகப் பிரிக்கப்படலாம். பிரிக்கப்பட்ட குழுக்களின் எண்ணிக்கைக்கு ஏற்ப a4 தாளில் ஒரு படக்காட்சி எடுக்கப்பட வேண்டும். குழுக்களின் எண்ணிக்கையைப் போலப் படங்கள் பகுதிகளாக வெட்டப்பட்டு ஒவ்வொரு குழுவிற்கும் படத்தின் ஒரு பகுதி வழங்கப்பட வேண்டும். ஒவ்வொரு குழுவிற்கும் குழுக்களின் எண்ணிக்கையைப் போலப் துண்டுகளின் எண்ணிக்கை வழங்கப்பட வேண்டும் , துண்டுகள் படத் தாள்களின் ஒத்த பகுதியாகும். மேலும், பசையுடன் a4 தாள் கொடுக்கப்பட வேண்டும். ஒவ்வொரு குழுவும் ஒரு தலைவரைத் தேர்ந்தெடுக்க வேண்டும், மேலும் தலைவர் மட்டுமே ஒரு துண்டைக் கொடுக்க அல்லது ஒரு துண்டை பெற முடியும். வழிநடத்துபவர் மற்றும் பங்கேற்பாளர்களின் வழிகாட்டுதலின் படி, ஒரு நேரத்தில் ஒரு துண்டைக் கொடுத்து, ஒரு துண்டைப் பெற்று படக்காட்சியை முடிக்க வேண்டும். கொடுக்கல் வாங்கல் மூலம் அனைத்து துண்டுகளையும் முதலில் பெறும் குழு a4 தாளில் ஒட்ட வேண்டும், அவர்கள் அதைக் காட்ட வேண்டும். அந்தக் குழுவே வெற்றி பெறும். அவர்களை அங்கீகரிக்கலாம் மற்றும் அவர்களின் கற்றல் விவாதிக்கப்படலாம்.

7. பச்சாதாபம்

அறிமுகம்

பச்சாதாபம் என்பது ஒரு நபரின் எதிர்மறையான சூழ்நிலைகளிலிருந்து அவர்கள் வெளியே வர உதவுவதற்கும், நேர்மறையான சூழ்நிலைகளில் அவர்களுடன் மகிழ்ச்சியடைவதற்கும் நாம் அவர்களின் இடத்தில் நம்மை வைப்பதன் மூலம் புரிந்துகொள்வது, தவறுகளைக் கண்டிக்காமல் அல்லது குற்றம் சாட்டாமல். பச்சாதாபம் என்பது உண்மையான அன்புடனும் ஒற்றுமையுடனும் மற்றவர்களைப் போல அதே மனதில் இருப்பது. பச்சாதாபம் என்பது சக மக்களின் உணர்ச்சிகளைப் புரிந்துகொள்வது மற்றும் அவர்களுக்கு ஆதரவளிப்பதன் மூலம் கடினமான சூழ்நிலைகளைச் சமாளிக்கவும் சிக்கல்களைத் தீர்க்கவும் உதவுவது.

முக்கியத்துவம்

பச்சாதாபம் கொண்ட ஒரு நபர் சுயநல லட்சியம் அல்லது அகந்தையால் எதையும் செய்யமாட்டார், ஆனால் தன்னை விடப் பிறருக்கானவைகளை அதிக முக்கியத்துவம் வாய்ந்தவராக எண்ணுவார். பச்சாதாபம் கொண்ட நபர் மட்டுமே தேவையில் உள்ள மற்றொரு நபருக்கு ஆதரவு அளிக்க முயற்சி செய்வார், மேலும் அவராலேயே மற்ற நபருக்கு உதவவும் முடியும். இது உறவுகளை வளப்படுத்துகிறது மற்றும் மேம்படுத்துகிறது.

பயன்படுத்தப்படும் சூழ்நிலைகள்

ஒரு நபர் ஏதேனும் தவறு செய்திருந்தாலும், அவர்கள் தேவையோடு இருக்கும் போது அவர்களிடம் பச்சாதாபம் இருக்க வேண்டும். மற்றவர்களின் உணர்வு, அறிவு மற்றும் உடல் ரீதியான தேவைகளைப் புரிந்து கொள்ளும்போது பச்சாதாபம் காட்டப்படலாம். நாம் சுற்றியுள்ள சூழ்நிலைகளைப் பற்றி அறிந்திருக்க வேண்டும் மற்றும் வெவ்வேறு நபர்களின் ஆர்வம் அல்லது தேவைக்கு ஏற்ப அவர்களிடம் அனுதாபம் கொள்ள வேண்டும்.

பாதிக்கும் காரணிகள்

ஒருவருக்கு சில அசாதாரண திறமைகள் அல்லது யாரோ ஒருவரின் தயவு இருக்கும் போது, அது மற்றவர்களைப் பொறாமைக்கொள்ளச் செய்யும், அது அவர்களைப் பச்சாதாபம் இல்லாமல் இருக்கச் செய்து அந்த நபருக்கு எதிராகச் செயல்பட வைக்கிறது. பணியை முடிப்பதில் கவனம் செலுத்தி, தனது சௌகரியமான குறுகிய வட்டத்தில் மட்டுமே அதிக கவனம் செலுத்தும் ஒரு நபர், மற்றவர்களுடன் அதாவது தேவையிலுள்ளவர்களுடன் கூட அனுதாபம் கொள்ள முடியாது.

தாக்கங்கள்

பச்சாதாபம் கொண்ட ஒருவர் தனது சொந்த நலனை மட்டும் கருத்தில் கொள்ளாமல் மற்றவர்களின் நலன்களையும் கருத்தில் கொள்கிறார். ஒரு நல்ல தலைவர் தேவையில் இருக்கும் மக்களிடம் பச்சாதாபம் காட்டுகிறார், அதன் மூலம் இரக்கம் காட்டுகிறார். பச்சாதாபம் கொண்ட ஒரு நபர் மற்றவர்களின் பொதுவான மற்றும் குறிப்பான தவறுகளை மன்னிக்க முடியும், அவர்கள் வேண்டுமென்றே தனக்கு எதிராக அதைச் செய்திருந்தாலும், அவர்கள் திருத்தப்பட்டு சரியானதைப் பின்பற்ற அந்த நபர் விரும்புகிறார்.

கதை/ வழக்கு ஆய்வு

ஒரு மனிதன் மேற்கு ஆசியாவில் இருந்து ஐரோப்பாவிற்குப் பயணம் செய்து கொண்டிருந்தான். சில திருடர்கள் அவனைச் சூழ்ந்து கொண்டார்கள். அவர்கள் அவனது ஆடையைக் கிழித்து அவனை அடித்தார்கள். அம்மனிதனைத் தரையில் வீழ்த்திவிட்டு அத்திருடர்கள் அங்கிருந்து சென்றார்கள். அவன் இறக்கும் தருவாயில் கிடந்தான். "ஒரு ஆசாரியன் அவ்வழியாகச் சென்று கொண்டிருந்தான். அவன் அம்மனிதனைக் கண்டபோதும் அவனுக்கு உதவும்பொருட்டு நிற்கவில்லை. அங்கிருந்து போய்விட்டான். அடுத்ததாக, ஒரு லேவியன் அவ்வழியாக வந்தான். லேவியன் காயமுற்ற மனிதனைக் கண்டான். அவன் பக்கமாய் கடந்து சென்றான். ஆனால் அவனும் அவனுக்கு உதவும் பொருட்டு நிற்கவில்லை. அங்கிருந்து போய்விட்டான். "பின்னர் ஒரு சமாரியன் அவ்வழியாகப் பயணம் செய்தான். காயப்பட்ட மனிதன் கிடந்த இடத்துக்கு வந்தான். சமாரியன் அம்மனிதனைப் பார்த்தான். காயமுற்ற

மனிதனுக்காகக் கருணைகொண்டான். சமாரியன் அவனிடம் சென்று ஒலிவ எண்ணெயையும் திராட்சை இரசத்தையும் காயங்களில் ஊற்றினான். அம்மனிதனின் காயங்களைத் துணியால் சுற்றினான். சமாரியனிடம் ஒரு கழுதை இருந்தது. அவன் காயமுற்ற மனிதனை அக்கழுதையின் மேல் ஏற்றி, ஒரு விடுதிக்கு அழைத்து வந்தான். அங்கு சமாரியன் அம்மனிதனைக் கவனித்தான். மறுநாள் இரண்டு வெள்ளிப் பணத்தை எடுத்து விடுதியில் வேலைசெய்த மனிதனிடம் கொடுத்தான். சமாரியன் அவனிடம், 'காயமுற்ற இம்மனிதனைக் கவனித்துக்கொள். அதிகப் பணம் செலவானால் நான் திரும்ப வரும்போது அதனை உனக்குக் கொடுப்பேன்'" என்றான்.

செயல்பாடு

பங்கேற்பாளர்கள் 6-8 பேர் கொண்ட குழுக்களாகப் பிரிக்கப்படலாம். குழுவின் ஒவ்வொரு உறுப்பினரும் பச்சாதாபம் இல்லாமல் செயல்பட்ட ஒரு சம்பவத்தைப் பற்றித் தங்கள் குழுவுடன் பகிர்ந்துக்கொள்ளலாம், அதன் காரணமாக, மற்ற நபர் உடல் ரீதியாகவோ அல்லது மனரீதியாகவோ எவ்வாறு பாதிக்கப்பட்டார் என்பதையும் பகிர்ந்துக்கொள்ளலாம். மேலும், அவர்கள் பச்சாதாபத்துடன் நடந்த ஒரு சம்பவத்தைப் பகிர்ந்து கொள்ளலாம், அதன் காரணமாக, மற்றவர் எவ்வாறு ஆறுதல் அடைந்தார் என்பதையும் பகிர்ந்துக்கொள்ளலாம். அவர்கள் விவாதத்தை 5 நிமிடங்களில் முடித்துவிட்டு, அவர்கள் விவாதித்த சூழ்நிலைகளில் ஒன்றை மற்ற குழுக்களுக்கு ரோல் ப்ளே (role play) மூலம் நடித்துக் காட்டலாம். சிறப்பாக நடிக்கும் குழு அங்கீகரிக்கப்படலாம். வழிநடத்துபவர் எடுத்துரைக்கப்பட்டதை தொகுத்து கூறலாம்.

8. அர்ப்பணிப்பு

அறிமுகம்

அர்ப்பணிப்பு என்பது சில கொள்கைகள், மதிப்பீடுகள் அல்லது தரநிலைகளை அடிப்படையாகக் கொண்ட செயல், நடைமுறை அல்லது உறுதியான நம்பிக்கை, மற்றும் லாபகரமானதாக இருப்பதான ஆதிக்கம், செழிப்பு அல்லது பதவியை அளிக்கும் எதற்காகவும் சமரசம் செய்யாமல் இருப்பது. சில சமயங்களில், அர்ப்பணிப்பு என்பது ஒரு பெரிய நோக்கத்திற்காகவும், வாழ்க்கையில் மிகவும் மதிப்புமிக்க ஆளுமைக்குச் செவிசாய்ப்பதற்காகவும், சௌகரியமான காரியங்கள், மனிதர்கள் அல்லது தனக்கு நெருக்கமான மற்றும் மகிழ்ச்சியான விஷயங்களை விட்டுவிடுவதாகும்.

முக்கியத்துவம்

சரியானதைப் பின்பற்றுவதற்கான அர்ப்பணிப்பு நம்மை உயர்த்தும். உயர் அதிகாரியிடம் நம்மை அர்ப்பணிப்பது திட்டங்களையும் நோக்கங்களையும் நிறைவேற்ற உதவும். அர்ப்பணிப்பு ஒரு நபரை வெற்றியடையச் செய்கிறது, மேலும் அந்த நபரிடம் அதிக பொறுப்புகள் ஒப்படைக்கப்படும்.

பயன்படுத்தப்படும் சூழ்நிலைகள்

விருப்பமில்லாததைச் செய்யவோ அல்லது தவறானதைச் செய்யவோ உயர் அதிகாரிகளோ மற்றவர்களோ நமக்கு நிர்ப்பந்தமோ அல்லது அழுத்தமோ ஏற்படுத்தும் போது, நாம் என்னவாக இருக்கிறோம் என்பதில் உறுதியாக இருக்க வேண்டும். நம் மீது நம்பிக்கையும் தயவும் இருக்கும்போது, சில பொறுப்புகள் நம்மிடம் ஒப்படைக்கப்பட்டிருப்பதால், நாம் நம் அர்ப்பணிப்பைக் காட்ட வேண்டும் மற்றும் பணியை முடிக்க வேண்டும்.

பாதிக்கும் காரணிகள்:

சும்மா இருப்பவரும் பொறுப்புகளை நிறைவேற்றாதவருமான ஒருவர், எல்லாத் தவறுகளிலிருந்தும் தன்னைத் தூர விலக்கிக் கொள்ள வேண்டிய உறுதிப்பாட்டிலிருந்து விலகலாம். பயம், தயக்கம், சந்தேகம் மற்றும் அதிக சிந்தனை ஆகியவை ஒரு நபரை அர்ப்பணிப்புடன் செயல்படவிடாமல் தடுக்கலாம். பணத்தை விரும்பும் ஒரு நபருக்கு அர்ப்பணிப்பு இருக்காது. நெறுக்கமாகத் தொடர்புடையவர்கள் தங்கள் வாழ்க்கையில் சரியான மதிப்பீடுகள், நம்பிக்கைகள் மற்றும் தராதரங்களைக் கொண்டிருக்கவில்லை என்றால், அவர்கள் ஒரு நபரை அர்ப்பணிப்பிலிருந்து விலக்கிவிட கூடும்.

தாக்கங்கள்

தவறு செய்ய எளிதான வாய்ப்புகளோடு கூடப் பார்க்க யாரும் இல்லையெனினும் ஒரு நபர் தவறெதுவோ அதற்கு எதிர்த்து நிற்க, எல்லா தீய செயல்களிலிருந்தும் விலகி இருப்பதற்கான அர்ப்பணிப்பு உதவுகிறது. சூழ்நிலைகள் பொருத்தமானதாக இல்லாவிட்டாலும், முற்றிலும் வேறுபட்டதாகத் தோன்றினாலும், எந்தச் சந்தேகமும் கேள்விகளும் இல்லாமல், ஒரு பணியை எதிர்பார்க்கப்படும் விதத்தில் சிறப்பாக முடிக்க அர்ப்பணிப்பு உதவுகிறது. அர்ப்பணிப்பு சரியானதைப் பின்பற்றவும், இடது அல்லது வலது புறம் திரும்பாமல் சரியான பாதையில் நடக்கவும் உதவுகிறது.

கதை/ வழக்கு ஆய்வு

நேஷார் அமேரிக்காவின் அரசனாக இருந்தான். நேஷார் லண்டனிற்கு வந்தான். நேஷார் அவனது படையுடன் லண்டனை முற்றுகையிட்டான். இங்கிலாந்தின் அரசனாகிய ஜெனோ ஆட்சியின் மூன்றாம் ஆண்டில் இது நடந்தது. இங்கிலாந்தின் அரசனான ஜெனோவை, நேஷார் தோற்கடித்தார். ஆலயத்திலிருந்து நேஷார் அனைத்துப் பாத்திரங்களையும் மற்ற பொருட்களையும் எடுத்துக்கொண்டான். நேஷார் அவற்றைப் அமேரிக்காவுக்குக் கொண்டுபோனான். நேஷார் அப்பொருட்களை அவனது விக்கிரக தெய்வங்களின் ஆலயத்தில் வைத்தான். பிறகு அரசனான நேஷார் ஆஷிர் என்பவனுக்கு ஒரு கட்டளை

கொடுத்தான். (ஆஷிர், அரசனுக்குப் பணிவிடை செய்பவரில் முக்கியமான தலைவன்). அரசன், ஆஷிர் அவனது வீட்டிற்கு சில இங்கிலாந்து நாட்டவரை அழைத்துவரும்படி சொன்னான். நேஷார் முக்கியமான குடும்பங்களிலிருந்தும் இங்கிலாந்து அரசகுடும்பங்களிலிருந்தும், இங்கிலாந்து நாட்டவரை விரும்பினான். அரசனான நேஷார் ஆரோக்கியமான இளம் இங்கிலாந்து நாட்டவரை மட்டுமே விரும்பினான். தம் உடம்பில் தழும்போ, காயமோ, குறைபாடுகளோ இல்லாத இளைஞர்களை அரசன் விரும்பினான். அரசன் அழகான சுறுசுறுப்பான இளைஞர்களை விரும்பினான். இளைஞர்களில் எல்லாவற்றையும் எளிதாகவும், வேகமாகவும், கற்றுக்கொள்ளும் ஆற்றலுடையவர்களை அரசன் விரும்பினான். அரசன், தன் வீட்டில் வேலை செய்யத் தகுதியுள்ள இளைஞர்களை விரும்பினான். அரசன் ஆஷிரிடம், அந்த இங்கிலாந்து இளைஞர்களுக்குக் அமேரிக்கரின் எழுத்தையும், மொழியையும் கற்றுக்கொடுக்கும்படி கூறினான். அரசனான நேஷார் ஒரு குறிப்பிட்ட அளவுள்ள உணவையும் திராட்சைரசத்தையும் இளைஞர்களுக்குக் கொடுத்தான். அது அரசன் உண்ணும் உணவின் தரத்தில் இருந்தது. அரசன் இங்கிலாந்து நாட்டிலிருந்து கொண்டுவரப்பட்ட இளைஞர்கள் மூன்று ஆண்டுகள் பயிற்சிபெற வேண்டும் என விரும்பினான். மூன்று ஆண்டுகளுக்குப் பிறகு அந்த இளைஞர்கள் அமேரிக்க அரசனது பணியாட்களாக இருக்கவேண்டும். அந்த இளைஞர்களுள் டேன், ஹஷி, மைக்கேல், ஆசார் என்பவர்கள் இருந்தார்கள். இந்த இளைஞர்களெல்லாம் இங்கிலாந்து கோத்திரத்தைச் சேர்ந்தவர்களாக இருந்தனர். ஆஷிர் அந்த இளைஞர்களுக்கு வேறு பெயர்களைக் கொடுத்தான். டேனுக்குப் பெல்டன் என்றும், ஹஷிக்கு ஷான் என்றும், மைக்கேலுக்கு மெண்டிஸ் என்றும், ஆசாருக்கு ஆபேத் என்றும் புதிய பெயர்கள் கொடுக்கப்பட்டன. டேன் அரசனது வளமான உணவையும், திராட்சைரசத்தையும் உண்ண விரும்பவில்லை. டேன் அந்த உணவினாலும் திராட்சைரசத்தாலும் தன்னைத்தானே அசுத்தப்படுத்திக்கொள்ள விரும்பவில்லை. எனவே, அவன் ஆஷிரிடம் தன்னைத் தானே அசுத்தப்படுத்திக்கொள்ளாமல் இருக்க அனுமதி கேட்டான்.

செயல்பாடு

அனைத்து பங்கேற்பாளர்களும் 6-8 உறுப்பினர்களைக் கொண்ட குழுக்களாகப் பிரிக்கப்பட வேண்டும். அவர்கள் பாத்திரங்கள் மற்றும் பொறுப்புகளை ஏற்று தையும் பயன்படுத்தி எப்படியாகிலும் 7 நிமிடங்களில் ஒரு குழுவாக ஒரு வீட்டைக் கட்ட வேண்டும். ஒரு குழுவில் உள்ள ஒருவர் எதையாவது தேர்ந்தெடுத்தால்/ சேகரித்தால் அது அவர்களின் குழுவுக்கானது. 7 நிமிடங்களின் முடிவில், அவர்கள் உருவாக்கிய வீடு நிறுத்தப்பட வேண்டும் மற்றும் படைப்பாற்றல் கொண்ட குழு அங்கீகரிக்கப்படலாம். பின்னர் வீடு கட்டப்பட்டது எப்படி என்பது குறித்து விவாதிக்கப்படலாம். கட்டியெழுப்புதலில் முன்முயற்சி எடுத்தல், மற்றவர்களை ஈடுபடுத்துதல், விடாமுயற்சி, புதிய முயற்சிகள், அர்ப்பணிப்பு போன்றவற்றின் முக்கியத்துவம் விவாதிக்கப்படலாம். சிறப்பாகச் செயல்பட்ட குழு அங்கீகரிக்கப்படலாம்.

9. ஏற்றுக்கொள்ளுதல்

அறிமுகம்

ஏற்றுக்கொள்ளுதல் என்பது ஒரு நபரின் செயல்கள் விரும்பத்தகாததாக இருந்தாலும் அவர்களின் நல்வாழ்வுக்காகவும், அந்த நபர் மீதுள்ள உண்மையான அக்கறை மற்றும் மரியாதையுடன் அவர்களின் நேர்மறையான மாற்றத்திற்காகவும், பச்சாதாபத்துடன் அவர்களைப் புரிந்துகொள்வதன் மூலம் தகுதியானவராகக் கருதுவது. ஏற்றுக்கொள்வது என்பது ஒரு நபரை நாம் உயர்த்துவதாக இருக்க வேண்டியதில்லை, ஆனால் ஒரு குறிப்பிட்ட சூழ்நிலையில் புரிதல் இல்லாமை அல்லது அவரைப் பாதிக்கும் பிற காரணிகள் காரணமாக நமது பார்வைக்கு முட்டாள்தனமாகத் தோன்றினாலும் அது ஒரு நபரின் கருத்துகளைக் கருத்தில் கொண்டுக் கேட்பது,.

முக்கியத்துவம்

சரியான வழியில் நடப்பவர்கள் ஏற்றுக்கொள்வதை அனுபவிக்கிறார்கள். ஒரு நபர் வழங்கும் லஞ்சம் எந்த விலையாயினும் ஏற்றுக்கொள்ளப்படக் கூடாது, ஆனால் அந்த நபர் வக்கிர குணத்திலிருந்து திருந்துவதற்கு அவர் ஏற்றுக்கொள்ளப்பட வேண்டும். மதிப்புமிக்க கொள்கைகளைக் கொண்ட வார்த்தைகள் மற்றும் மதிப்பீடுகளை ஏற்றுக்கொள்வது நம் வாழ்க்கையை வளமாக்கும். இது எதிர்காலத்தில் ஞானத்தைப் பெறவும் உதவுகிறது. செல்வம், உடைமைகள், அனுபவிக்கும் அதிகாரம், உழைப்பில் உள்ள மகிழ்ச்சி ஆகியவை சரியான வழியில் இருக்கும்போது அதை ஏற்றுக்கொள்ளலாம். நல்லதை ஏற்றுக்கொள்வது அதன் பலனைக் கொண்டுள்ளது.

பயன்படுத்தப்படும் சூழ்நிலைகள்

சில சொற்கள் ஏதோ ஒரு காரணத்திற்கு ஏற்புடையதாக இருக்கும்போதும், நம் வாழ்க்கைக்கு மதிப்புமிக்கதுமாக இருக்கும்போதும், அது முழுமையான ஏற்றுக்கொள்ளுதலுக்கு தகுதியானது. ஒரு பொருளுக்கு ஒரு விலை இருக்கும்போது நாம் அதை ஏற்றுக்கொள்வோம் அல்லது

மற்றவர்கள் அந்த விலையை ஏற்றுக்கொள்ளச் சொல்வோம். தெரிந்த அல்லது தெரியாத ஒரு நபர் மற்ற நபருக்கு ஏதேனும் தவறு செய்திருந்தால், அதற்கு ஈடாக ஏதேனும் திரும்பக் கொடுக்க வேண்டும், பின்னர் பாதிக்கப்பட்ட நபர் மற்ற நபரைப் ஏற்றுக்கொள்ளலாம். ஒழுக்கம் ஏற்றுக்கொள்ளப்படாவிட்டால், சத்தியம் அழிந்துவிடும்.

பாதிக்கும் காரணிகள்

ஏதாவது ஒரு இழப்பு ஏற்படும்போது, மற்றொருவரால் நாம் முன்பு எதையாவது பெற்றிருந்தாலும், அந்த இழப்பை அல்லது அந்த நபரை நாம் ஏற்றுக்கொள்ள மாட்டோம், ஆனால் இழப்பைவிட ஒரு நபருக்கு அதிக மதிப்பு கொடுக்கப்பட வேண்டும் மற்றும் இழப்பிற்கு பதில் வேறு ஏதோ திரும்பப் பெற வேண்டியதில்லை. சில நன்மைக்காக ஆழ்ந்த துன்பம் அடையும் போதும் பாடுபடும் போதும், பொருட்களால் ஒரு நபரைப் பிரியப்படுத்த முடியாது, அவை மிகவும் நெருக்கமான ஒருவரிடமிருந்து வந்தாலும் அந்த நபரால் அதை ஏற்றுக்கொள்ள முடியாது. கொடூரமான மற்றும் இரக்கமற்ற ஒரு நபர் நல்லவராக மாறினாலும் அவரை ஏற்றுக்கொள்வது கடினமாக இருக்கும்.

தாக்கங்கள்

சரியானதை ஏற்றுக்கொள்வது ஒரு நபர் ஒப்புரவாகி வாழ்க்கையை அனுபவிக்க உதவுகிறது. திருத்தம் ஏற்றுக்கொள்ளப்பட்டால், ஒரு வசிக்கும் இடம் உள்ளவை பலப்படுத்தப்படும் மற்றும் செயல்கள் ஆசீர்வதிக்கப்படும். சில குறைபாடுகளுள்ள கறைபடிந்தவர்கள் மதிக்கப்பட மாட்டார்கள், ஏற்றுக்கொள்ளப்படவும் மாட்டார்கள். சரியான வார்த்தைகளை ஏற்றுக்கொண்டு அதை நடைமுறைப்படுத்துபவர் கனிகளைத் தருவார், மற்றவர்களுக்குப் பயனுள்ளவராக இருப்பார். மேலோட்டமான ஒன்றை ஏற்றுக்கொள்வது, பின்னால் பொதிந்துள்ள உயர்ந்த மதிப்பீடுகள் மற்றும் தரநிலைகளை ஏற்றுக்கொள்ள உண்மையில் நமக்கு உதவாது. ஒரு நபர் அல்லது சில கருத்துச் சுருக்கங்களை ஏற்றுக்கொள்வது தனிப்பட்ட நலன்கள் மற்றும்

விருப்பங்களை அடிப்படையாகக் கொண்டதாக இருக்கக் கூடாது, ஆனால் அடிப்படை மதிப்பீடுகள் மற்றும் உள்ளுணர்வுகளை மீறாது, சுற்றியுள்ள தேவை மற்றும் சூழ்நிலையின் அடிப்படையில் இருக்க வேண்டும்.

கதை/ வழக்கு ஆய்வு

ஒரு ஞானி மலைக்குப் போனார். மறுநாள் அதிகாலையில் அவர் திரும்பவும் ஆலயத்துக்குப் போனார். அனைவரும் ஞானிவிடம் வந்தனர். ஞானி உட்கார்ந்து மக்களுக்கு உபதேசித்தார். அதிகாரிகள் ஒரு பெண்ணை அவரிடம் கொண்டுவந்தனர். அவள் விபசாரம் செய்ததற்காகப் பிடிக்கப்பட்டவள். அவளை மக்களுக்கு முன்னால் நிற்கும்படி வற்புறுத்தினர். அவர்கள் ஞானிவிடம், "போதகரே, இந்தப் பெண் ஒருவனிடம் கள்ளத்தனமாக உறவுகொண்டிருந்தபோது கண்டுபிடிக்கப்பட்டாள். நியாதிபதி சட்டப்படி இவ்வாறு பாவம் செய்கிற ஒவ்வொரு பெண்ணையும் கல் எறிந்து கொல்லவேண்டும். நாங்கள் என்ன செய்யவேண்டும் என்று நீர் சொல்கிறீர்?" என்று கேட்டனர். அவர்கள் இந்தக் கேள்வியை ஞானியைச் சோதிப்பதற்காகக் கேட்டனர். ஞானிவின் மீது ஏதாவது குற்றம் சுமத்தவே அவர்கள் விரும்பினர். ஆனால் ஞானியோ குனிந்து தரையில் தன் விரலால் ஏதோ எழுதிக்கொண்டிருந்தார். தலைவர்கள் அதே கேள்வியை ஞானிவிடம் தொடர்ந்து கேட்டுக்கொண்டிருந்தனர். ஆகையால் ஞானி எழுந்து நின்று, "குற்றமே செய்யாதவன் எவனாவது இங்கே இருக்கிறானா? இருந்தால் பாவம் செய்யாத அந்த மனிதன் இவள் மீது முதல் கல்லை எறியட்டும்" என்றார். பிறகு ஞானி மறுபடியும் கீழே குனிந்து தரையில் ஏதோ எழுத ஆரம்பித்தார். ஞானியின் வார்த்தைகளைக் கேட்ட மக்கள் ஒவ்வொருவராக விலகிப் போயினர். முதலில் முதியவர்கள் விலகினர்; பிறகு மற்றவர்கள் விலகினர். அந்தப் பெண்ணோடு ஞானி மட்டும் தனியாக விடப்பட்டார். அவள் அவருக்கு முன்னால் நின்றுகொண்டிருந்தாள். ஞானி அவளை ஏறிட்டுப்பார்த்து, "பெண்ணே, எல்லோரும் போய்விட்டார்கள். ஒருவனும் உன்னைக் குற்றவாளி எனத் தீர்ப்பளிக்கவில்லையா?" என்று கேட்டார். அதற்கு அவள், "ஆண்டவரே,

எவரும் என்னைத் தண்டனைக்குட்படுத்தித் தீர்ப்பளிக்கவில்லை" என்றாள். ஞானி அவளை நோக்கி: நானும் உன்னை ஆக்கினைக்குள்ளாகத் தீர்க்கிறதில்லை; நீ போ, இனிப் பாவஞ்செய்யாதே என்றார்.

செயல்பாடு

பங்கேற்பாளர்கள் 6-8 பேர் கொண்ட குழுக்களாகப் பிரிக்கப்படலாம். ஒவ்வொரு குழுவிற்கும் ஒரு செய்தித்தாளிலிருந்து ஒரு கட்டுரை வழங்கப்படும், அதில் தனிநபர்கள் அல்லது குழுக்களிடையே ஏற்றுக்கொள்ளுதல் இல்லாததால் ஏற்பட்டுள்ள பிரச்சனை பற்றி இருக்க வேண்டும். குழுவில் உள்ள பங்கேற்பாளர்கள் பிரச்சனையைப் பற்றிப் படித்துப் புரிந்துகொள்ள வேண்டும், மேலும் பிரச்சனையைத் தீர்ப்பதில் ஏற்றுக்கொள்ளுதல் எவ்வாறு உதவும் என்பதைக் கண்டறிய வேண்டும். பின்னர் ஒவ்வொரு குழுவும் தாங்கள் கண்டறிந்ததை மற்ற அனைத்து குழுக்களுக்கும் பகிர்ந்துக்கொள்ளலாம். சிறப்பாகச் செயல்படும் குழு அங்கீகரிக்கப்படலாம்.

10. சமத்துவம்

அறிமுகம்

உடல், உணர்ச்சி மற்றும் அறிவுசார் கூறுகளில் அனைத்து மனிதர்களுக்கும் இடையே ஒரு பெரிய ஒற்றுமை உள்ளது, ஏனெனில் நாம் ஆணாக இருந்தாலும் பெண்ணாக இருந்தாலும், அனைவரும் ஒரு பொதுவான இனத்தைச் சேர்ந்தவர்கள். உடல், உணர்ச்சி மற்றும் அறிவுசார் அம்சங்களைப் பயன்படுத்துவதால் அவை ஆக்கபூர்வமான தன்மைக்கும், கூடவே பல்வேறு பிரிவினைகள் மற்றும் பாகுபாடுகளால் மனிதர்களின் அழிவுக்கும் வழிவகுத்தது. தேசியம், அறிவு, ஞானம் அல்லது செல்வத்தின் பெருமை ஆகியவற்றின் அடிப்படைட்டயில் நம்மிடையே பல வேறுபாடுகள் மற்றும் பாகுபாடுகள் இருந்தாலும், அனைவரும் மனிதர்கள் என்ற உண்மையின் அடிப்படையில் அனைவரும் ஒரே மாதிரியாக இருக்கிறோம்.

முக்கியத்துவம்

அனைவருக்கும் மற்றும் அனைவரிடத்திற்கும் சமத்துவம் என்பது உயர் நிலையில் உள்ளது மற்றும் மிகவும் பாராட்டத்தக்கது. ஒரு நபரின் தோற்றம் நம்மைச் சமத்துவம் இல்லாமல் செயல்பட வைக்கக் கூடாது, அது நம்மைத் தீயவராக்குகிறது, மேலும் ஒவ்வொரு நபருக்கும் அவருக்கே உரியதான நேர்மறையான மற்றும் எதிர்மறையான காரியங்கள் உள்ளன. கலாச்சாரம் மற்றும் பின்னணியின் அடிப்படையில் நடைமுறைகள் மாறுபட்டாலும், ஒவ்வொருவருக்கும் இடையே எந்த வித்தியாசமும் இல்லை. பணக்காரராக இருந்தாலும் சரி, ஏழையாக இருந்தாலும், வளர்ந்தவராக இருந்தாலும், குள்ளராக இருந்தாலும், படித்தவராக இருந்தாலும், படிக்காதவராக இருந்தாலும், திறமையானவராக இருந்தாலும் அல்லது திறமையற்றவராக இருந்தாலும், அனைவரும்

சமமானவர்கள், சமமான மரியாதையுடன் நடத்தப்பட வேண்டியவர்கள் மற்றும் வாழ்வதற்கு தகுதியானவர்கள்.

பயன்படுத்தப்படும் சூழ்நிலைகள்

ஒவ்வொருவருக்கும் முக்கியத்துவமும் அவர்களுக்கே உரியதான ஆர்வமும் இருப்பதால் மட்டும் சமத்துவம் வழங்கப்பட வேண்டியதில்லை, ஆனால் அதிக அதிகாரம், பதவி மற்றும் செல்வம் ஆகியவற்றை பெற்று உயர்ந்த ஒரு நபரின் பணிவு காரணமாகவும் இருக்கலாம். சமத்துவம் என்பது ஒரு நபரின் நிலையை அடிப்படையாகக் கொண்டிருக்கவில்லை, மற்றும் அவர் வகிக்கும் பதவியைப் பொருட்படுத்தாமல், அந்த நபருக்கு உரியதான காரியமாக இருக்க வேண்டும். அனைவரின் வேலையும் அங்கீகரிக்கப்பட்டு நியாயமான ஊதியம் வழங்கப்பட வேண்டும்.

பாதிக்கும் காரணிகள்

பொதுமைப்படுத்துவதால் சமத்துவம் மறுக்கப்படலாம், அதனால் ஒட்டுமொத்த விஷயங்களையும் எப்போதும் கருத்தில் கொண்டு ஒவ்வொரு தனிநபரும் மறுக்கப்படக் கூடாது என்பதை கவனமாகக் சிந்திக்க வேண்டும். ஒரு நபரின் புவியியல் இருப்பிடம் மற்றும் வம்சாவளியானது மிகைப்படுத்தப்படவோ அல்லது அவமானப்படுத்தப்படவோ ஒரு காரணியாக இருக்கலாம். சுயத்தின் வரம்பை உணராமல், ஒரு நபரின் தவறு அல்லது அவர்மீதான களங்கத்தின் அடிப்படையில் சமத்துவம் மறுக்கப்படலாம். மேலும், சில உடல் அல்லது மனநல பிரச்சனையுள்ள ஒருவருக்கு மற்றவர்களுடன் சமத்துவம் மறுக்கப்படலாம்.

தாக்கங்கள்

சமத்துவம் இருக்கும்போது, குறைந்த சலுகை பெற்றவர்கள் அல்லது குறைந்த பயன் பெறுபவர்கள் மகிழ்ச்சியாக இருக்க முடியும், மேலும் அதிக சக்தி வாய்ந்தவர்கள் அல்லது அதிக நன்மை அடைய விரும்புபவர்களிடமிருந்து வெறுப்போ, பொறாமையோ அல்லது அதிகப்படியான எதிர்பார்ப்புகளோ இருக்கக்கூடும். மற்ற நபரைச் சமமாக நடத்துவது, குற்றம் சாட்டாமலும் அவமானப்படுத்தாமலும் இருக்க, மற்றும் அந்த நபரை ஏற்றுக்கொள்ளவும், மன்னிக்கவும், திருத்தவும் ஒருவருக்கொருவர் உதவவும் செய்யும். மேலும், சமத்துவம் ஒரு நபர் மற்ற நபரை மதிக்க உதவுகிறது, மற்றும் மற்றவர் ஒரு தொற்றுநோயைப் பெற்றிருந்தாலும் அவர் குணமாவதில் ஆர்வம் கொள்ளச் செய்கிறது.

கதை/ வழக்கு ஆய்வு

ஒரு எஜமானன் தனது நிலத்தில் திராட்சை விளைவித்தான். ஒரு நாள் காலை தன் தோட்டத்தில் வேலை செய்ய ஆட்களைத் தேடிப் போனான். ஒரு நாள் வேலைக்கு ஒரு வெள்ளிக்காசு கூலி தர அவன் ஒத்துக்கொண்டான். பிறகு வேலை ஆட்களைத் தன் திராட்சைத் தோட்டத்தில் வேலை செய்ய அனுப்பினான். “சுமார் ஒன்பது மணிக்கு அம்மனிதன் சந்தைப் பக்கமாகப் போனான். அங்கு சிலர் வேலை ஏதுமின்றி வெறுமனே நின்றுகொண்டிருப்பதைக் கண்டான். எனவே அவன் அவர்களிடம், ‘நீங்கள் சென்று என் தோட்டத்தில் வேலை செய்தால், நீங்கள் செய்யும் வேலைக்குத் தகுந்தாற்போல உங்களுக்கு ஊதியம் தருகிறேன்’ என்றான். எனவே, அவர்களும் அவன் தோட்டத்தில் வேலை செய்யச் சென்றார்கள். “மீண்டும் அவன் பன்னிரண்டு மணி அளவிலும் மூன்றுமணி அளவிலும் வெளியில் சென்று, ஒவ்வொரு முறையும் மேலும் சிலரைத் தன் தோட்டத்தில் வேலை செய்ய அழைத்து வந்தான். மீண்டும் ஐந்து மணி அளவில் சந்தைவெளிக்குச் சென்றான். மேலும் சிலர் அங்கே நின்றிருப்பதைக் கண்டு அவர்களிடம், ‘ஏன் நாள் முழுக்க வேலை எதுவும் செய்யாமல் இங்கே நின்றிருந்தீர்கள்’ என்று கேட்டான். “அதற்கு அவர்கள், ‘எங்களுக்கு யாரும் வேலை தரவில்லை’ என்றார்கள். “அதற்கு அந்த திராட்சைத் தோட்டக்காரன்,

‘அப்படியானால், நீங்கள் என் தோட்டத்திற்குச் சென்று வேலை செய்யலாம்’ என்றான். “அன்று மாலை திராட்சைத் தோட்டக்காரன் வேலைக்காரர்களைக் கவனிக்கும் மேற்பார்வையாளனிடம், ‘வேலைக்காரர்கள் அனைவரையும் அழைத்து அவர்களுக்குப் பணம் கொடுத்துவிடு. நான் கடைசியாக அழைத்து வந்தவர்களுக்கு முதலில் பணம் கொடு. இப்படியே அனைவருக்கும் நான் முதலில் அழைத்து வந்தவன் வரைக்கும் பணம் கொடு’ என்றான். “மாலை ஐந்து மணிக்கு அமர்த்தப்பட்ட வேலைக்காரர்கள் தங்கள் கூலியை வாங்க வந்தார்கள். ஒவ்வொருவருக்கும் ஒரு வெள்ளி நாணயம் கிடைத்தது. பின்னர் முதலில் வேலைக்கு அமர்த்தப்பட்ட ஆட்கள் தங்கள் கூலியைப் பெற வந்தபொழுது, தங்களுக்கு அதிகக் கூலி கிடைக்கும் என்று எண்ணினார்கள். ஆனால் அவர்களுக்கும் தலைக்கு ஒரு வெள்ளி நாணயமே கிடைத்தது. அவர்கள் ஒரு வெள்ளி நாணயம் மட்டுமே கூலியாகக் கிடைத்தபொழுது, தோட்டத்துச் சொந்தக்காரனிடம் புகார் செய்தார்கள். அவர்கள், ‘கடைசியாக வேலைக்கு வந்தவர்கள், ஒரு மணி நேரமே வேலை செய்தார்கள். ஆனால், நாங்கள் நாள் முழுவதும் வெயிலில் கடுமையாக உழைத்துள்ளோம். ஆனால், எங்களுக்குச் சமமாக அவர்களுக்கும் கூலி கொடுத்துள்ளீர்கள்’ என்று புகார் கூறினார்கள். “ஆனால் தோட்டக்காரனோ அந்த ஆட்களில் ஒருவனிடம், ‘நண்பனே, நான் உனக்கு சரியாகவே கூலி கொடுத்துள்ளேன். ஒரு வெள்ளி நாணயத்திற்கு வேலை செய்ய ஒப்புக்கொண்டாய். சரிதானே? எனவே, உன் கூலியைப் பெற்றுக்கொண்டு செல். நான் கடைசியாக வேலைக்கு அமர்த்தியவர்களுக்கும் உனக்கும் சமமாகவே கூலி கொடுக்க விரும்புகிறேன். நான் என் பணத்தில் என் விருப்பப்படி செய்யலாம். நான் அவர்களிடம் பெருந்தன்மையுடன் நடந்துகொள்கிறேன் என்பதால் உனக்குப் பொறாமையா?’ என்று கூறினான். “ஆகவே, இப்பொழுது கடைசி ஸ்தானத்தில் இருப்பவர்கள் எதிர்காலத்தில் முதல் ஸ்தானத்திற்குச் செல்வார்கள். மேலும் இப்பொழுது முதல் ஸ்தானத்தில் இருப்பவர்கள் எதிர்காலத்தில் கடைசி ஸ்தானத்திற்குச் செல்வார்கள்” என்றார்.

செயல்பாடு

பின்வரும் பட்டியலைப் ஒவ்வொன்றாகப் படித்து, அது ஒரு பெண்ணின் விஷயம் என்று பங்கேற்பாளர்கள் நினைத்தால் கைகளை உயர்த்துமாறு சொல்லுங்கள், அது ஆண்களின் விஷயம் என்று பங்கேற்பாளர்கள் நினைத்தால் கையை உயர்த்த வேண்டாம் என்றும் சொல்லுங்கள், அல்லது நேர்மாறாகவும் இருக்கலாம்.

· ஏப்பம் விடுதல் மற்றும் இயற்கை வாயு வெளிவிடுதல் · மீட்பது · நடனம் · ஆசிரியர் · சமையல் · இளஞ்சிவப்பு · மருத்துவர் · செவிலியர் · ஸ்பேனர்கள் · ஒரு சிக்ஸ் பேக் · டயட் பானங்கள் · விஞ்ஞானி · நீலம் · சுத்தம் செய்தல் · வழக்கறிஞர் · பொறியாளர் · ஸ்பேனர்களின் தொகுப்பு · கணினி புரோகிராமர் · சிவப்பு · கிளிட்டர் · கணிதவியலாளர்

ஏன் இவ்வளவு உடன்பாடு இருந்தது என்று நினைக்கிறீர்கள்?

இந்த யோசனைகள் எங்கிருந்து வருகின்றன?

இவை வெறும் பெண்கள் அல்லது ஆண்களின் விஷயங்கள் என்பது உண்மையா? விவரியுங்கள்.

11. நேர்மறை மனப்பாங்கு

அறிமுகம்

தோல்விகள் அல்லது நம்பிக்கை முறிவு மற்றும் ஏமாற்றங்கள் இருந்தாலும், விஷயங்களைச் சீர்ப்படுத்துவதன் மூலமும் தவறுகளைச் சரிசெய்வதன் மூலமும் ஒரு சிறந்த நம்பிக்கையைக் கொண்டிருப்பது நேர்மறை மனப்பாங்கு. நேர்மறை மனப்பாங்கு என்பது பொருள் அல்லது மேலோட்டமான விஷயங்களை நம்புவதன் மூலம் கொண்டிருக்கும் தவறான நம்பிக்கையைக் இல்லை, ஆனால் சரியான மதிப்பீடுகள் மற்றும் நற்பண்புகளுடன் சுயத்தை நம்புவது. காரியங்கள் சாத்தியமற்றது போல் தோன்றினாலும் கூட, காணக்கூடாததையும் நேர்மறை மனப்பாங்கு முன்பே கணிக்கச் செய்கிறது..

முக்கியத்துவம்

நேர்மையாக இருக்கும்போது ஏழைகள் கூட அவர்கள் நம்பிக்கையுடன் ஆறுதல் பெற முடியும். நம்பிக்கை உள்ளவர்கள் தடையின்றி தங்கள் நோக்கத்தைத் தொடர்வார்கள். நேர்மறை மனப்பாங்கானது அனைத்து கொந்தளிப்புகளிலிருந்தும் விடுபட உதவுகிறது மற்றும் துன்பங்களை எடுத்துச் போடுகிறது.. நேர்மறை மனப்பாங்கு நல்ல குணத்திற்கும், நல்ல குணம் நேர்மறை மனப்பாங்கிற்கும் உதவுகிறது. துன்பத்தின் மத்தியில் சந்தோஷப்படுவதற்கும் பொறுமையாக இருப்பதற்கும் நேர்மறை மனப்பாங்கு நமக்கு உதவுகிறது.. வாழ்க்கையின் உயர்ந்த மதிப்பீடுகள் மற்றும் தரங்களின் தொடர்ச்சியும் ஊக்கமும் நேர்மறை மனப்பாங்கைத் தருகின்றன.

பயன்படுத்தப்படும் சூழ்நிலைகள்

ஒரு நபர் வாழ்க்கையின் உயர்ந்த மதிப்பீடுகளைப் பின்பற்றி, நேர்மையுடன் நடக்கும்போது, அவருடைய வழிகள் தன்நம்பிக்கையும் நம்பிக்கையும் கொண்டிருக்க அவருக்கு உதவும், அதன் மூலம் அவரை நேர்மறை மனப்பாங்குடன் ஆக்குகிறது. வாழ்க்கையின் கடினமான

காலங்கள் மற்றும் பருவங்கள் காரணமாக வாழ்க்கையில் எந்த நம்பிக்கையும் இல்லாதபோது கூட, மறுமலர்ச்சி இருக்கும் என்பதை உணர நேர்மறை மனப்பாங்கு உதவுகிறது.. நம்பிக்கை தளரும்போது, அது ஒரு நபரின் இதயத்தை நோய்வாய்ப்படுத்தும், ஆனால் சிறந்த வாழ்க்கைக்கான நம்பிக்கை இருக்கும்போது, அது விருப்பங்களை நிறைவேற்றச் செய்கிறது.. புத்திசாலித்தனமாகச் சிந்தித்தும் கூட முட்டாள்தனமாக இருப்பது ஒரு நபரை நேர்மறை மனப்பாங்கிலிருந்து விலக்கி வைக்கும்.

பாதிக்கும் காரணிகள்

நன்கு தீர்மானிக்கப்பட்ட மதிப்பீடுகள் மற்றும் ஒழுக்கங்கள் இல்லாதபோது, ஒரு நபரின் நம்பிக்கை வெறுமனே தற்காலிகமாக இருக்கும், அது விரைவில் மறைந்துவிடும். ஒரு நபர் தவறானதைச் செய்யும்போது அல்லது பின்பற்றும்போது, கோணலான எண்ணங்களால் நிரப்பப்படுவதால் அவருடைய எதிர்பார்ப்புகளும் முன்னேற்றத்திற்கான சில ஆசைகளும் நிறைவேறாது. ஒழுக்கம் இருக்கும்போது அங்கு நம்பிக்கை இருக்கும், ஒழுக்கப்படுத்தப்படும்போது யாரும் சோர்வடைய வேண்டியதில்லை. ஞானத்தைப் பெறுவது அதிக நம்பிக்கையுடன் இருக்க உதவும். நமது திட்டங்களும் நோக்கங்களும் நமது நலனுக்காகவே என்பதை நாம் அறிந்தால் அதிக நம்பிக்கையும் நேர்மறை சிந்தனையும் இருக்கும். நாம் காத்திருக்க வேண்டியிருக்கும்போது, மெதுவாக நம் நம்பிக்கை மறையும். சில நேரங்களில் நம் உடைமைகள் நம் நம்பிக்கையை அதிகரிக்கும். நம்பிக்கைகள் சரியாக இருக்கும்போது, நிறைவின் எதிர்பார்ப்பு இருக்கும்.

தாக்கங்கள்

நேர்மறை மனப்பாங்கு ஒரு நபரின் முன்னேற்றத்திற்கும் அதன் மூலம் ஒரு நபரின் சுய வளர்ச்சிக்கும் உதவுகிறது. வாழ்க்கையின் உயர்ந்த மதிப்பீடுகளோடு நேர்மறை மனப்பாங்கு கொண்டவர்கள் எந்த நேரத்திலும் வெட்கப்பட மாட்டார்கள். நீதிமான்களின் நேர்மறை

மனப்பாங்கு அவர்களுக்கு மகிழ்ச்சியைத் தரும். தவறு வெறுக்கப்படும்போதும், உயர்ந்த மதிப்பீடுகள் பின்பற்றப்படும்போதும், நம்பிக்கையின் காரணமாக எதிர்காலம் பூர்த்தியாகும். சரியான காரியங்களில் உள்ள நம்பிக்கை மற்றும் நேர்மறையான சிந்தனைகள் நாம் நேர்மறை மனப்பாங்குடன் இருக்க உதவுகிறது. நம்பிக்கை இல்லாமல் உலகில் எதுவும் நடக்காது; உழவன் கூட நம்பிக்கையினால் உழுகிறான். இறுதிவரை நம்பிக்கையின் முழு நிச்சயத்துடன் இருப்பவர்கள் மந்தமாக இருக்க மாட்டார்கள், ஆனால் முடிந்தவரை பல விஷயங்களைக் கற்றுக்கொண்டு, வாக்குறுதிகளைக் கடைப்பிடிப்பதன் மூலமும் பொறுமையாக இருப்பதன் மூலமும் சரியானதைப் பின்பற்றுவார்கள். நேர்மறை மனப்பாங்குடன் இருப்பது தடுமாறாமல் இருப்பதற்கு உதவுகிறது.

கதை/ வழக்கு ஆய்வு

பாலஸ்தீனர் போரிடும் பொருட்டு படையாட்களைக் கூட்டினார்கள். அவர்கள் ஈரானில் உள்ள ஏலாவில் கூடினார்கள். அவர்கள் கூடிய ஏலாம் எனும் இடம் பாலஸ்தீனத்திற்கும் ஈரானிற்கும் இடையில் இருந்தது. ஷாமும், ஈரானின் வீரர்களும் ஒன்று கூடினார்கள். இவர்களின் முகாம் ஏலாவிலிருந்தது. வீரர்கள் சண்டையிடத் தயாராக இருந்தனர். பாலஸ்தீனர் மலையின் மேல் இருந்தனர். அடுத்த மலையில் ஈரானியர் இருந்தனர். இடையில் பள்ளத்தாக்கு இருந்தது. பாலஸ்தீனரிடம் லேரி என்னும் வீரன் இருந்தான். அவன் காத் என்னும் ஊரினன். 9 அடி உயரமாக இருந்தான். ஒரு வெண்கல கிரீடமும், போர்க் கவசமும் தரித்திருந்தான். அது 5,000 சேக்கல் வெண்கலம் எடையுள்ளதாயிருந்தது. அவன் கால்களில் வெண்கல கவசத்தையும், தோள்களில் வெண்கல கேடகத்தையும் அணிந்திருந்தான். அவனது ஈட்டியின் பிடி நெசவுக்காரரின் படைமரம் போல் இருக்கும். ஈட்டியின் அலகு 600 சேக்கல் இரும்பு எடையுள்ளதாக இருந்தது. லேரிதின் கேடயம் சுமந்த வீரன், அவனுக்கு முன்னால் நடப்பான். தினந்தோறும் அவன் வெளியே வந்து ஈரானியரைப் பார்த்து, சத்தமாக சண்டைக்கு சவால்விடுவான். அவன், “உங்களுடைய எல்லா வீரர்களும் போருக்குத் தயாராக ஏன்

அணிவகுத்து நிற்கிறீர்கள்? நீங்கள் அனைவரும் ஷாமின் வேலைக்காரர்கள். நான் பெலிஸ்தன். யாரேனும் ஒருவனைத் தேர்தெடுத்து என்னோடு சண்டையிட அனுப்புங்கள். அவன் என்னைக் கொன்றுவிட்டால் நாங்கள் (பாலஸ்தீனர்) அனைவரும் உங்களது அடிமை. நான் அவனைக் கொன்றுவிட்டால் நீங்கள் எங்கள் அடிமை! நீங்கள் எங்களுக்கு சேவை செய்ய வேண்டும்" என்றான். மேலும் அவன், "நான் இன்று ஈரான் சேனையை கேலிச்செய்தேன்! உங்களில் ஒருவனுக்குத் தைரியமிருந்தால் என்னிடம் அனுப்பி சண்டையிட்டுப் பாருங்கள்!" என்றான். ஷாமும் அவனது வீரர்களும் லேரி சொன்னதைக் கேட்டு மிகவும் நடுங்கினார்கள். டேவ் ஷாமிடம், "லேரிக்காக யாரும் நடுங்க வேண்டாம். நான் உங்கள் சேவகன். நான் போய் அவனோடு போரிடுகிறேன்!" என்றான். "உன்னால் வெளியே போய் அந்த பாலஸ்தீனனாகிய லேரிடன் சண்டைபோட முடியாது. நீ ஒரு படைவீரன் அல்ல! அவனோ சிறுவயது முதல் போரிட்டு வருகிறான்" என்றான். ஆனால் டேவ் ஷாமிடம், "நான் ஒரு இடையன், ஆடுகளை மேய்த்து வருபவன். இரு தடவை ஒரு சிங்கமும், மற்றொரு தடவை கரடியும் ஆடுகளைத் தூக்கியபோது, அவற்றைக் கொன்று அவற்றின் வாயிலிருந்து ஆட்டை மீட்டேன். அவை என் மேல் பாய்ந்தன. எனினும் அவற்றின் வாயின் அடிப்பகுதியைப் பிடித்து கிழித்துக் கொன்றேன். சிங்கத்தையும் கரடியையும் கொன்ற என்னால், இந்த அந்நியனையும் விலங்குகளைப்போல் கொல்லமுடியும்! அவன் முழுஆழுமை உடையவரின் சேனையைக் கேலி செய்ததால் அவன் கொல்லப்படுவான். அவர் என்னை சிங்கம் மற்றும் கரடியிடமிருந்து காப்பாற்றியது போலவே பெலிஸ்தனிடமிருந்தும் என்னைக் காப்பாற்றுவார்" என்றான். சவுல் டேவிடம், "ஆற்றல் உன்னோடு இருப்பதாக, நீ போ" என்றான். சவுல் தன் சொந்த ஆடையை டேவ்க்கு அணிவித்தான். தலையில் வெண்கல தலைச் சீராவை, பிற யுத்த சீருடையும் போடுவித்தான். டேவ் வாளை எடுத்துக்கட்டிக் கொண்டு நடந்து பார்த்தான். ஷாமின் சீருடையை அணிந்து பார்த்தான். ஆனால் அவ்வளவு பாரமான யுத்த சீருடை அணிந்து கொள்ளும் பயிற்சி அவனுக்கு இருக்கவில்லை. டேவ் ஷாமிடம், "இவற்றை அணிந்து என்னால் சண்டை போட முடியாது. அணிந்து

பழக்கமில்லை" என்றான். எனவே டேவ் எல்லாவற்றையும் கழற்றினான். தன் கைத்தடியை எடுத்துக்கொண்டு 5 கூழங்கற்கள் கிடைக்குமா என்று பார்க்கச் சென்றான். தேடியெடுத்த 5 கூழாங்கற்களையும் தான் வைத்திருந்த இடையர் தோல் பையில் போட்டுக் கொண்டான். கையில் வில் கவணை வைத்துக்கொண்டான். பிறகு லேரியை நோக்கி நடந்தான். லேரி மெதுவாக நடந்து டேவை நெருங்கினான். கேடயத்தை ஏந்திய உதவியாள் முன்னே நடந்தான். லேரி டேவைப் பார்த்து, அவன் யுத்த பயிற்சி இல்லாத சிவந்த முகத்தையுடைய இளைஞன் என்று கண்டு நகைத்தான். "ஏன் இந்த கைத்தடி? ஒரு நாயை விரட்டுவது போல் நீ என்னை விரட்டப் போகிறாயா?" என்று லேரி கேட்டான். அதற்கு பின் லேரி தன் தெய்வங்களின் பெயரைச் சொல்லி டேவை நிந்தித்தான். லேரி டேவிடம் "இங்கே வா, உனது உடலை பறவைகளுக்கும், காட்டு மிருகங்களுக்கும் இரையாகப் போடுகிறேன்!" என்றான். டேவ் அவனிடம், "நீ உனது பட்டயம், ஈட்டியைப் பிடித்துகொண்டு வந்துள்ளாய். நானோ நேர்மறை மனப்பாண்மையோடு வந்துள்ளேன். இன்று உன் தலையை வெட்டி உன் உடலை பறவைகளுக்கும், காட்டு மிருகங்களுக்கும் இரையாக்குவேன். மற்ற பாலஸ்தீனரையும் இவ்வாறே செய்வோம்!" என்றான். லேரி டேவை தாக்கும்படி சீறி எழுந்து நெருங்கி வந்தான். டேவ் நெருங்கி ஓடி, தனது தோல் பையிலிருந்து கூழாங்கல்லை எடுத்து கவணில் வைத்து சுழற்றி வீசினான். அது லேரியின் நெற்றியில் இரு கண்களுக்கும் நடுவில்பட்டது. அவன் நெற்றிக்குள் அது புகவே அவன் முகங்குப்புற விழுந்தான். இவ்வாறு டேவ் லேரியை ஒரே கவண் கல்லால் சாகடித்தான். டேவிடம் பட்டயம் இருக்கவில்லை. அதனால் ஓடிப்போய் அந்த பாலஸ்தீனன் அருகில் நின்று, லேரியின் பட்டயத்தை அவனது உறையில் இருந்து உருவி அதைக் கொண்டே அவனது தலையை சீவினான். இவ்விதமாகத்தான் டேவ் பாலஸ்தீனனான லேரியை கொன்றான். மற்ற பாலஸ்தீனர் தங்களது மாவீரன் மரித்ததைப் பார்த்து பின்வாங்கி ஓடினார்கள். ஈரான் வீரர் அவர்களைத் துரத்தி, காத் மற்றும் எக்ரோன் எல்லைவரை விரட்டினார்கள். சாராயீமின் சாலையோரங்களில் காத் மற்றும் எக்ரோன்வரை பலரைக் கொன்று குவித்தனர். பின்னர் பாலஸ்தீனரின் முகாமிற்குள் சென்று பொருட்களை எடுத்து வந்தனர்.

டேவ் லேரியின் தலையை மேற்கு ஆசியாவிற்கு எடுத்துச் சென்றான். லேரியின் ஆயுதங்களை தன் சொந்த கூடாரத்தில் வைத்தான்.

செயல்பாடுகள்

ஒரு பெரிய வெள்ளைத்தாளில் சிவப்பு/கருப்பு புள்ளி- பிரதிபலிப்பு: ஒரு பெரிய வெள்ளைத்தாளின் மையத்தில்/மூலையில் ஒரு சிறிய சிவப்பு/கருப்பு புள்ளி வைக்க வேண்டும். பங்கேற்பாளர்கள் அதைப் பார்க்கவும் கவனிக்கவும் 30 வினாடிகள் கொடுக்கப்படலாம். பின்னர் பங்கேற்பாளர்களிடம் அதைப் பற்றி என்ன நினைக்கிறீர்கள் என்று கேட்கப்படலாம். முதல் பார்வையில், பெரும்பாலோர் விஷயங்களின் எதிர்மறையான அம்சத்தை எவ்வாறு பார்க்க முனைகிறார்கள் என்பது விவாதிக்கப்படலாம்.

அனைத்து பங்கேற்பாளர்களுக்கும் நேர்மறை மற்றும் எதிர்மறை பண்புகளைக் குறிக்கும் வார்த்தைகளின் பட்டியல் காட்டப்படலாம். கீழே உள்ள படம் பயன்படுத்தப்படலாம் அல்லது சில வார்த்தைகளின் ஒத்த தொகுப்பாகவும் இருக்கலாம். அவர்கள் தங்கள் தாளில் முடிந்தவரை நிறைய நேர்மறையான வார்த்தைகளை எழுத 1 நிமிடம் எடுத்துக் கொள்ள வேண்டும். ஒவ்வொரு நேர்மறையான வார்த்தைக்கும் 1 மதிப்பெண் கொடுக்க வேண்டும். ஒவ்வொரு எதிர்மறை வார்த்தைக்கும் எதிர்மறை மதிப்பெண் -2 கொடுக்க வேண்டும். பங்கேற்பாளர்கள் முடித்த பிறகு சரியான பதிலை வழிநடத்துபவர் காண்பிக்கலாம், ஒருவருக்கு ஒருவர் கொடுத்துப் பெற்று மதிப்பீடு செய்வதன் மூலமோ சுய மதிப்பீடு செய்வதன் மூலமோ மதிப்பீடு செய்யலாம்.

Trust நம்பிக்கை

Demotivate ஊக்கம் இழத்தல்

Optimistic நன்மையை எதிர்பார்த்தல்

Coward கோழைத்தனம்

Truth உண்மை

Accept ஏற்றுக்கொள்ளுதல்

Fair நியாயமான

Reject நிராகரித்தல்

Mourning சோகமான

Dishonesty நேர்மையற்ற

Courageous தைரியமான

Integrity நேர்மையான

Unethical நெறிமுறையற்ற

Motivate ஊக்கம் பெறுதல்

Doubtful சந்தேகம்

Joyful மகிழ்ச்சியான

Ethical நன்னெறி

False பொய்

Immoral ஒழுக்கமின்மை

Beneficial பயனளித்தல்

Pessimistic தீமையை எதிர்பார்த்தல்

Unfair நியாயமற்ற

Excel சிறந்திருத்தல்

Disturbing தொந்தரவு

Rational காரணமிக்க

Lose இழந்திருத்தல்

Exemplary முன்னுதாரணமான

Improve மேம்படுதல்

Meaningful அர்த்தமுள்ள

Persistent விடாமுயற்சி

Unfriendly விருந்தோம்பல் இல்லாத

Realistic சாத்தியமுள்

Hospitable விருந்தோம்பலுள்ள

Zealous ஆர்வமுள்ள

Idleness ஒன்றும் செய்யாதிருத்தல்

Meaningless அர்த்தமற்ற

Unrealistic சாத்தியமற்ற

Dull ஆர்வமில்லாத

Irrational காரணமற்ற

Decline பின்னேறுதல்

12. சகிப்புத்தன்மை

அறிமுகம்

புகார் அல்லது குற்றம் சாட்டப்படுவதற்கு ஏற்றவாறு மற்றவர் ஏதாகிலும் செய்தாலும் இரக்கம், கனிவு, தாழ்மை, சாந்தகுணம், மற்றும் இதயத்தில் பொறுமையுடன் ஒருவரையொருவர் தாங்கிக் கொள்வதும், ஒருவரையொருவர் மன்னிப்பதும் சகிப்புத்தன்மை.. சகிப்புத்தன்மை என்பது தகுதியான முறையில் நடப்பதன் மூலமும் ஒருவருக்கொருவர் ஒற்றுமையை நிலைநிறுத்துவதன் மூலமும் ஒருவரையொருவர் அன்பில் தாங்கிக் கொள்வது .

முக்கியத்துவம்

சகிப்புத்தன்மை நமது தவறுகளின் விளைவுகளைத் தாங்க உதவுகிறது. ஒரு நபர் நல்லதைச் செய்தாலும், சகிப்புத்தன்மை உபத்திரவங்களையும் துன்புறுத்தல்களையும் எதிர்கொள்ள அவருக்கு உதவுகிறது. ஒரு நபரின் சகிப்புத்தன்மை மற்றவர்கள் அவரைப் பின்தொடரச் செய்கிறது மற்றும் பேச்சில் மென்மையாக இருப்பது கடினமான விஷயங்களைக் கூட உடைக்கும். சகிப்புத்தன்மை ஒரு நபரின் தவறுகளை மன்னிக்க உதவும். சகிப்புத்தன்மை, காணப்படாதவற்றுக்காகக் காத்திருக்க உதவுகிறது. சகிப்புத்தன்மை ஒருவரோடொருவர் முணுமுணுக்காமல் இருக்க உதவுகிறது, மேலும் உறுதியாக நிலைத்திருப்பது காரியங்கள் நிறையான பிறகு ஒரு நபர் நோக்கத்தை அறிய உதவுகிறது.

பயன்படுத்தப்படும் சூழ்நிலைகள்

பொதுவாக, ஒரு நபர் தனது குரல் கேட்கப்படாதபோது சகிப்புத்தன்மையை இழக்க நேரிடும், குறிப்பாக அந்த நபர் உயர்ந்த பதவி மற்றும் அதிகாரத்தை வகிக்கும்போது, ஆனால் சில நேரங்களில் நாம் தவறு செய்யலாம், அதனால் நம் எண்ணங்கள் எப்போதும் கேட்கப்பட வேண்டிய அவசியமில்லை என்பதை நாம் புரிந்து கொள்ள வேண்டும்..

ஒழுக்கக்கேட்டை நோக்கி மற்றவர்களை நடத்திச் சென்று, மதிப்பீடுகள் மற்றும் அடிப்படை உள்ளுணர்வை மீறுவதன் மூலம் எதையாவது பின்பற்றும்படி மற்றவர்களை மயக்கும் ஒரு நபர் பொறுத்துக்கொள்ளப்படக் கூடாது. ஏதோவொருவரிடமோ ஏதோ ஒன்றைக் குறித்தோ நாம் பொறுப்பேற்கும்போது, எதிர்மறையாக இருக்கும் விளைவுகளை நாம் பொறுத்துக்கொள்ள வேண்டும்..

பாதிக்கும் காரணிகள்

ஞானமுள்ள ஒரு நபரால் முட்டாள்களின் முட்டாள்தனத்தை பொறுத்துக்கொள்ள முடியும். ஒரு தவறுக்கான தண்டனை கடுமையானதாக இருக்கும்போது, அது ஒரு நபரால் பொறுத்துக்கொள்ள முடியாததாக இருக்கலாம். பொறுப்புகள் வழங்கப்படும்போது, சில பொறுப்புடன் ஒப்படைக்கப்பட்ட ஒவ்வொருவரும் அதைப் பொறுத்துக்கொள்ள வேண்டும். ஒரு நபர் ஏதேனும் தவறு செய்தால், அந்த நபர் விளைவுகளைப் பொறுத்துக்கொள்ள வேண்டும். நெருங்கியவர் அல்லது ஒரே தேசத்தின் மக்கள் ஆபத்தில் இருக்கும்போது, அழிவையும் பேரழிவையும் பொறுத்துக்கொள்வது கடினம். நொறுக்கப்பட்ட ஒரு நபர் தனது பலவீனத்தைத் தாங்குவது கடினம். ஒருவர் தன் இளமையின் அவமானத்தைச் சுமக்கும்போது, அந்த வெட்கத்தையும் அவமானத்தையும் அவர் பொறுத்துக்கொள்ள வேண்டும். அடிமையாக இருப்பவன் அரசனாவதையும், சாதாரண மனிதன் அசாதாரணமானவனாக மாறுவதையும், அன்பில்லாதவன் நேசிக்கப்படுவதையும் மக்கள் பொதுவாகப் பொறுத்துக்கொள்ள மாட்டார்கள்.

தாக்கங்கள்

ஒருவர் செய்யும் தீய செயல்களையும், வெறுக்கத் தக்க செயல்களையும் பொறுத்துக் கொள்ளக் கூடாது. ஒரு நபர் எதையாவது பொறுப்பேற்கும்போது, அவர் ஒப்படைக்கப்பட்டதும் எடுத்துக் கொள்ளப்பட்டதுமான பொறுப்பில் தோல்வியுற்றால் அவர் பழியை பொறுத்துக்கொள்ள வேண்டும்.. வாழ்க்கையின் உயர்ந்த மதிப்புகளைப்

பின்பற்றுவதன் மூலம் மற்றவர்களுக்குப் பயனுள்ளவராக இருக்க விரும்பும் ஒருவர் எண்ணங்களிலும் செயல்களிலும் நல்லவராக இருப்பினும் துன்பங்களையும் துன்புறுத்தல்களையும் பொறுத்துக்கொள்ள வேண்டியிருக்கும்.. நாம் ஒரு தலைமை பதவியில் இருக்கும்போது, நேர்மறையான மாற்றத்திற்கான சிறந்த காரணமின்றி, மற்றவர்கள் தங்களுக்கு கடினமானதும் தொந்தரவுமிக்கதுமான காரியங்களைச் சகித்துக்கொள்வதை எதிர்பார்க்கக் கூடாது..

கதை/ வழக்கு ஆய்வு

தன் வேலைக்காரர்களுடன் கணக்கை சரி செய்ய முடிவெடுத்தான் ஒரு மன்னன். மன்னன் வேலைக்காரர்களின் கணக்கை சரி செய்யத் துவங்கினான். ஒரு வேலைக்காரன் அம்மன்னனுக்கு ஆயிரக்கணக்கில் பணம் கொடுக்க வேண்டியிருந்தது. ஆனால், அவ்வேலைக்காரனால், தன் எஜமானனான மன்னனுக்குப் பணத்தைத் திருப்பிச் செலுத்த இயலவில்லை. எனவே, அவ்வேலைக்காரனுக்குச் சொந்தமான அனைத்தையும் மனைவி குழந்தைகள் உட்பட ஏலம் போட மன்னன் ஆணையிட்டான். அதிலிருந்து தனக்குத் தரவேண்டிய பணத்தைத் தரவேண்டும் என்றான். "ஆனால், அந்த வேலைக்காரன் மன்னனின் கால்களில் விழுந்து, 'என்னைப் பொறுத்துக்கொள்ளுங்கள். உங்களுக்குத் தர வேண்டிய அனைத்தையும் நான் கொடுத்து விடுகிறேன்' என்று கெஞ்சினான். மன்னன் அவ்வேலைக்காரனுக்காக வருந்தினான். எனவே, மன்னன் அவ்வேலைக்காரன் பணம் ஏதும் தரத் தேவையில்லை என கூறி அவ்வேலைக்காரனை விடுவித்தான். "பின்னர், அதே வேலைக்காரன் தனக்குச் சிறிதளவே பணம் தரவேண்டிய வேறொரு வேலைக்காரனைக் கண்டான். அவன் உடனே, தனக்குப் பாக்கிப்பணம் தரவேண்டியவனின் கழுத்தைப் பிடித்து, 'எனக்குத் தரவேண்டிய பணத்தைக் கொடு' என்று கேட்டான். "மற்றவன் அவன் கால்களில் வீழ்ந்து, 'என்னைப் பொறுத்துக் கொள். உனக்குத் தரவேண்டிய அனைத்தையும் கொடுத்து விடுகிறேன்' என்று கெஞ்சிக் கேட்டான். "ஆனால், முதலாமவன் தான் பொறுத்துக்கொள்ள இயலாதென்றான். அவன் நீதிபதியிடம் மற்றவன் தனக்குப் பணம் தர வேண்டும் என்று கூற இரண்டாமவன் சிறையில்

அடைக்கப்பட்டான். அவ்வேலைக்காரன் அவன் தரவேண்டிய பணம் முழுவதையும் கொடுக்கும் வரையிலும் சிறையிலிருக்க நீதிபதி பணித்தார். மற்ற வேலைக்காரர்கள் அனைவரும் நடந்ததைக் கண்டு மிகவும் வருந்தினார்கள். எனவே, அவர்கள் தங்கள் எஜமானனாகிய மன்னனிடம் சென்று நடந்தவை அனைத்தையும் கூறினார்கள். "பின்பு அம்மன்னன் தன் வேலைக்காரனை அழைத்துவரச் செய்து, அவனிடம், 'பொல்லாத வேலைக்காரனே, எனக்கு நிறையப்பணம் தர வேண்டிய நீ, என்னிடம் மன்னிப்புக் கேட்டுக் கெஞ்சினாய். எனவே, நீ எனக்குப் பணம் ஏதும் தரவேண்டியதில்லை என்று கூறினேன். ஆகவே, நீயும் உன் சக வேலைக்காரனுக்கு அதேபோலக் கருணை காட்டியிருக்க வேண்டும்' என்று சொன்னான். மிகக் கோபமடைந்த மன்னன், அவ்வேலைக்காரனைச் சிறையிலிட்டான். தரவேண்டிய பணம் அனைத்தையும் திருப்பித் தரும்வரைக்கும் அவன் சிறையிலிருக்க வேண்டியிருந்தது.

செயல்பாடு

பங்கேற்பாளர்கள் 6-8 பேர் கொண்ட குழுக்களாகப் பிரிக்கப்படலாம். குழுவில் உள்ள உறுப்பினர்களின் எண்ணிக்கைக்கு ஏற்ப, ஒவ்வொரு குழுவிற்கும் ஒரு தொகுப்பு கார்டுகள் அல்லது 20 சிறிய மெட்டல் நட்டுகள் (metal nuts) மற்றும் சில சாப்ஸ்டிக் (chopsticks) / சில குச்சிகள் வழங்கப்படலாம். குழுக்கள் 7 நிமிடங்களில் ஸ்டாக்கிங் மூலம் உயர்ந்த கோபுரத்தை உருவாக்க வேண்டும், அவர்களுக்கு மெட்டல் நட்டுகள் கொடுத்தால், அவர்கள் தங்கள் கைகளை நேரடியாகப் பயன்படுத்தாமல், சாப்ஸ்டிக் பயன்படுத்தலாம்.. உறுப்பினர்களுக்குச் சில பொறுப்புகள் வழங்கப்படலாம் மற்றும் ஒரு தலைவர் தேர்ந்தெடுக்கப்படலாம்/தேர்வு செய்யப்படலாம். சிறப்பாகச் செய்யும் குழு அங்கீகரிக்கப்படலாம். பின்னர் கற்றல் குறித்த விவாதம் செய்யலாம்.

13. நன்றியுணர்வு

அறிமுகம்

ஒரு நல்ல செயலுக்காகவும், தேவையின் பொழுது பெற்ற உதவிக்காகவோ மரியாதை செலுத்துவதோடு, நம்மிடமும் மற்றவர்களிடமும் காட்டப்படும் அன்பும் ஆறுதலுமே நன்றியுணர்வு. மற்ற நபருக்குச் சில நன்மைகளைச் செய்வதன் மூலமோ அல்லது ஒரு நபருக்குப் பிரியமான காரியங்களைச் செய்வதன் மூலமோ நன்றியுணர்வு காட்டப்படுகிறது..

முக்கியத்துவம்

நன்றியுணர்வு நற்செயல்களை அங்கீகரிக்கவும் அந்த நற்செயல்களை மற்றவர்களுக்கு அறிவிக்கவும் உதவுகிறது. நன்றியுணர்வு என்றென்றும் நிலைத்திருக்கும் உறுதியான அன்பை அங்கீகரிக்க உதவுகிறது. மக்கள் நலனுக்காகத் தங்கள் திறமைகளைச் சிறந்த முறையில் பயன்படுத்துபவர்களுக்கு நன்றியுணர்வு காட்டப்படலாம். கோபத்தைத் தணித்து, நாம் தவறு செய்திருந்தாலும் ஆறுதல் கூறும் நபருக்கு நாம் நன்றியுள்ளவர்களாக இருப்போம். அறியப்படாத ஒன்றை அறிய உதவிய ஒருவருக்கு நன்றியுடன் இருக்க நன்றியுணர்வு உதவுகிறது.

பயன்படுத்தப்படும் சூழ்நிலைகள்

ஒரு தலைவரோ அல்லது ஒரு நபரோ ஒருவருக்கு ஆதரவாகச் செயல்படும்போது, நன்றியுணர்வு இருக்கும். மரணத்திலிருந்து உயிரைக் காப்பாற்றி, பாதுகாக்கும் ஒருவருக்கு நாம் எப்போதும் நன்றியுள்ளவர்களாக இருக்க வேண்டும். உறுதியான அன்பு மற்றும் வியத்தகு செயல்களுக்கு நாம் நன்றியுள்ளவர்களாக இருக்கலாம், ஏங்குகிற ஒருவரை திருப்திப்படுத்தி, தவிக்கும் நபருக்கு வேண்டிய நல்ல விஷயங்களால் நிரப்புவோருக்கு நன்றியுள்ளவர்களாக இருக்கலாம்.. மறைக்கப்பட்ட அல்லது கொடுக்கப்படாத சில விஷயங்களுக்கு நாம்

நன்றியுள்ளவர்களாக இருக்க வேண்டும், அது சில சமயங்களில் எப்படியாகிலும் நமக்கு மிகவும் பயனுள்ளதாக இருக்கும்.

பாதிக்கும் காரணிகள்

பதிலளிக்கும் நபர் நன்றியுணர்வுக்கு தகுதியானவர். மரணமும் தீமையும் இருக்கும் இடத்திலும், உண்மையை நம்பாத இடத்திலும் நன்றியுணர்வு இருக்காது. அகங்காரம் ஒரு நபரைத் தகுதியற்றதும் சுயநலமுடையதுமான நன்றியுணர்வைக் காட்ட செய்யும். இரட்சிப்பும் விடுதலையும் ஒரு நபரில் நன்றியுணர்வை ஊக்குவிக்கும். சிரமத்திலிருந்து விடுபடுவது ஒரு நபரிடத்தில் நன்றியுணர்வை அதிகரிக்கிறது. நடந்ததை மறந்துவிட்டு, தெரியாதது போல் நடிப்பவர்களும், தங்களை ஞானிகள் என்று நினைத்துக்கொண்டு உண்மையில் முட்டாள்தனத்துடன் இருப்பவர்களும் நன்றியுள்ளவர்களாக இருக்க முடியாது.

தாக்கங்கள்

நாம் எதைப் பெறப் போகிறோமோ அதற்கு நன்றியுள்ளவர்களாக இருக்க வேண்டும் மற்றும் நாம் கொடுக்க வேண்டியதை அதற்காகத் தர வேண்டும். நீதியுள்ளதையும், சரியானதையும் பிடித்துக் கொள்ளும் ஒருவரிடத்தில் நாம் நன்றியுள்ளவர்களாக இருக்கலாம். அற்புதமான செயல்களைச் செய்பவருக்கு நன்றியுணர்வை காட்டலாம். நம்பகமானவராக நம்மை வலிமையாக்கி, பாதுகாத்து, ஆதரவளிக்கும், நம்முடைய இருதயம் மகிழ்வித்த ஒரு நபரிடம் நாம் நன்றியுள்ளவர்களாக இருக்கலாம். நன்றியுணர்வுடன் இருக்கும்போது காரியங்கள் பெருகுவதான ஒரு அற்புதம் நிகழ்கிறது. நன்றியுணர்வுடன் இருப்பது, நடைமுறைகளுக்கு முன்னுரிமை கொடுக்காமல், கொள்கைகளுக்கு முன்னுரிமை அளிக்க உதவுகிறது. ஒரு பொதுவான நோக்கத்திற்காக இணைந்து பணியாற்றிய ஒருவரிடம் நன்றியுணர்வு இருக்கலாம். நமது வெற்றிக்கு உதவுபவரிடம் நாம் நன்றியுள்ளவர்களாக இருக்கலாம். விவரிக்க முடியாத ஒரு பரிசுக்கு நாம் நன்றியுள்ளவர்களாக இருப்போம்.

நாம் தகுதியுடையவர்களாக இல்லாவிட்டாலும், நம்மைத் தகுதிப்படுத்திய ஒருவருக்கு நாம் நன்றியுள்ளவர்களாக இருக்க வேண்டும்.

கதை/ வழக்கு ஆய்வு

ஹீமேன் என்பவன் சீரியாவின் அரசனின் படைத் தளபதி ஆவான். அவன் அரசனுக்கு மிகவும் முக்கியமானவன். ஏனெனில் அவன் மூலமாகத்தான் போரில் அரசனுக்கு வெற்றிக் கிடைத்தது. அவன் மகா பராக்கிரமசாலியாக இருந்தான். ஆனால் தொழுநோயால் துன்புற்றான். சீரியாவின் படை பல பிரிவுகளை அனுப்பி ஈரானியரோடு சண்டையிட்டது. அவர்கள் ஜனங்களை அடிமைகளாகப் பிடித்துவந்தனர். ஒரு தடவை ஒரு சிறு பெண்ணைப் பிடித்துவந்தனர். அவள் ஹீமேனின் மனைவிக்கு வேலைக்காரியாக இருந்தாள். அவள் தனது எஜமானியிடம், "கிழக்கு ஆசியாவில் வாழும் துறவியை (எடியை) நமது எஜமான் (ஹீமேன்) பார்க்கவேண்டும் என்று நான் விரும்புகிறேன். அவர் இவரது தொழுநோயைக் குணமாக்குவார்" என்றாள்.ஹீமேனும் அவனது எஜமானிடம் (அரசனிடம்) போய், ஈரானிய பெண் கூறியதைச் சொன்னான். சீரியாவின் அரசனும், "இப்போதே செல், நானும் ஈரான் அரசனுக்கு ஒரு கடிதம் எழுதி அனுப்புகிறேன்" என்றான். எனவே ஹீமேன் ஈரானுக்குச் சென்றான். தன்னோடு சில அன்பளிப்புகளாக 750 பவுண்டு வெள்ளி, 6,000 தங்கத்துண்டுகள், 10 மாற்றுத்துணிகள் ஆகியவற்றை எடுத்துச் சென்றான். அதோடு அரசனின் கடிதத்தையும் எடுத்துச்சென்றான். அக்கடிதத்தில், "இப்போது, என் சேவகனான ஹீமேனை நான் அனுப்பியிருக்கிறேன் என்பதை இக்கடிதம் காட்டும். அவனது தொழுநோயைக் குணமாக்கவும்" என்று எழுதப்பட்டிருந்தது. ஈரான் அரசன் கடிதத்தை வாசித்ததும் வருத்தப்பட்டு தனது ஆடைகளைக் கிழித்தான். தனது வருத்தத்தை வெளிப்படுத்த அவன், "நான் கடவுளா? இல்லை. மரணத்தின் மீதும் வாழ்வின் மீதும் எனக்கு அதிகாரமில்லை. அப்படியிருக்க சீரியா அரசன் என்னிடம் ஒரு தொழுநோயாளியைக் குணப்படுத்த ஏன் அனுப்பினான்? இதைப் பற்றி நினைத்துப்பார்க்க வேண்டும். இது ஒரு தந்திரம்தான். ஒரு போரை ஆரம்பிக்கவே சீரியா அரசன் முயற்சி செய்கிறான்" என்றான். அரசன் வருத்தப்பட்டுத் தன்

ஆடைகளைக் கிழித்துக்கொண்டதைப்பற்றி துறவியான எடி அறிந்தான். உடனே தன் தூதுவனை அனுப்பி, "ஏன் உங்கள் ஆடைகளைக் கிழித்துகொண்டீர்கள், ஹீமேனை என்னிடம் அனுப்புங்கள். அப்போதுதான் அவர்கள் ஈரானில் ஒரு தீர்க்கதரிசி இருக்கிறார் என்பதைத் தெரிந்துக்கொள்வார்கள்!" என்று தெரிவித்தான். ஆகவே, ஹீமேன் தனது குதிரைகளோடும் இரதங்களோடும், எடியின் வீட்டிற்கு வந்து கதவிற்கு வெளியே நின்றான். எடி ஹீமேனிடம் ஒரு தூதுவனை அனுப்பினான். அத்தூதுவன் ஹீமேனிடம், "போய் ஜோர்த் ஆற்றில் ஏழுமுறை ஸ்நானம்பண்ணு. பின் உன் தோல் குணமாகும். நீயும் சுத்தமாவாய்" என்று கூறினான். ஹீமேன் மிகவும் கோபப்பட்டு வெளியேறினான். அவன், "அவர் (எடி) வெளியே வந்து என் முன்னால் நிற்பார். எனது உடல் மீது தனது கைகளை அசைத்து நோயைக் குணப்படுத்துவார் என்று நினைத்தேன். ஈரானில் கிடைக்கும் எல்லா தண்ணீரையும்விடவும் ஆப்னா, பர்பாரும் ஆகிய சீரியாவின் ஆறுகள் சிறந்தவை. அப்படியிருக்க நான் ஏன் அவற்றில் ஸ்நானம் பண்ணி சுத்தமடையக் கூடாது?" என்றவாறு கோபத்தோடு திரும்பிப் போனான். ஆனால் ஹீமேனின் வேலைக்காரர்கள் அவனிடம் வந்து, "தந்தையே! துறவி உம்மிடம் சில பெருஞ்செயல்களைச் செய்ய வேண்டும் என்று சொல்லியிருந்தால், நீர் செய்திருப்பீரல்லவா? எனவே அவர் எளிதானவற்றைச் சொன்னாலும் அதற்குக் கீழ்ப்படியவேண்டும். அவர் (துறவி), 'ஸ்நானம் பண்ணு நீ சுத்தமடைவாய்' என்று கூறியிருக்கிறார்" என்றனர். எனவே ஹீமேன் அந்த மனிதன் (துறவி எடி) சொன்னவாறு செய்தான். அவன் போய் ஜோர்த் ஆற்றில் ஏழு தடவை மூழ்கி சுத்தமானான்! அவனது தோல் குழந்தையின் தோலைப் போன்று மென்மையாயிற்று. ஹீமேனும் அவனது குழுவும் கடவுளின் மனிதனிடம் (எடிவிடம்) திரும்பி வந்தனர். ஹீமேன் எடிவின் முன் நின்று, "இப்போது உமது வேலையாளான என்னிடமிருந்து அன்பளிப்புகளை ஏற்றுக்கொள்ளுங்கள்!" என்றான். ஆனால் எடியோ, "நான் எவ்வித அன்பளிப்புகளையும் ஏற்றுக்கொள்ளமாட்டேன், என்று கடவுள் மீது

ஆணையிட்டுள்ளேன்" என்றான். ஹீமேன் தன்னால் முடிந்தவரை அதை ஏற்றுக்கொள்ளச் செய்ய முயன்று பார்த்தான்.

செயல்பாடு

பங்கேற்பாளர்கள் 6-8 பேர் கொண்ட குழுக்களாகப் பிரிக்கப்படலாம். ஒவ்வொரு குழுவிற்கும் ஒரு சார்ட் (chart), பேனா, ஸ்கெட்ச்கள் (sketches) அல்லது வண்ண பென்சில்கள் வழங்கப்படும். குழுவில் உள்ள ஒவ்வொருவரும் தாங்கள் நன்றியுணர்வுடன் இருக்கும் ஒரு நபரைப் பற்றியும், அவர்கள் ஏன் நன்றியுணர்வுடன் இருக்கிறார்கள் மற்றும் அவர்களின் நன்றியுணர்வை எவ்வாறு திருப்பிச் செலுத்துவார்கள் என்றும் பகிர்ந்து கொள்ளலாம். சார்ட்டை 3 நெடுவரிசைகளாகப் பிரிப்பதன் மூலம் அவர்கள் அதைக் குறிப்பிட வேண்டும்/ சார்ட்டில் வரைய வேண்டும். இவை அனைத்திற்கும் 10-15 நிமிடங்கள் எடுத்துக்கொள்ளலாம். ஒவ்வொரு குழுவும் 2-3 நிமிடங்களில் மற்ற குழுக்களுடன் அதைப் பகிர்ந்து கொள்ள வேண்டும். பின்னர் வழிநடத்துபவர் காரியங்களைச் சேர்த்து, கற்றலை தொகுத்து சொல்ல வேண்டும்.

www.ingramcontent.com/pod-product-compliance
Lightning Source LLC
LaVergne TN
LVHW060306051026
849517LV00003B/994
* 9 7 9 8 2 3 0 7 2 0 7 8 2 *